കറ്റകെട്ട ഘടികാരം

നിത്യാലക്ഷ്മി എൽ. എൽ.

MAN KIND

കറ്റകെട്ട ഘടികാരം

KATTA KETTA KHADIKAARAM

Malayalam/Stories

Nithya Lekshmi L L

ISBN: 978-81-982249-6-5

(Paperback)

Cover Design : Abdul Anees K T
Layout: Sajil Sd
This Printing Edition 2024

₹150/-

Mankind Literature
A Booklove Initiative
Puthiyangadi post, Calicut-673021
booklovecalicut@gmail.com
+91 9744 155 666

www.booklove.co.in

സമർപ്പണം

കഥയിൽ നിന്നിറങ്ങി വന്ന്

എന്നെ നോക്കി ചിരിക്കുന്ന കഥാപാത്രങ്ങൾക്ക്...

നിത്യാലക്ഷ്മി എൽ. എൽ.

1998 ജൂലൈ 7-ന് തിരുവനന്തപുരത്തെ കോട്ടുകാൽ ഗ്രാമപഞ്ചായത്തിൽ ഉൾപ്പെടുന്ന പയറുമൂട് ദേശത്ത് ലക്ഷ്മണൻ നാടാർ എൻ, ലത റ്റി. എസ്. എന്നിവരുടെ മകളായി ജനനം. സാമ്പത്തിക ശാസ്ത്രത്തിൽ ബിരുദാനന്തര ബിരുദം നേടി. സുന്ദർ പബ്ലിക് സ്കൂൾ, ഗവൺമെന്റ് വി. എച്ച്. എസ്. എസ്. കോട്ടുകാൽ, ഗവൺമെന്റ് കോളജ് ഫോർ വിമൻസ് വഴുതക്കാട്, ഗവൺമെന്റ് ആർട്സ് കോളജ് തൈക്കാട്, എന്നിവിടങ്ങളിൽ നിന്ന് വിദ്യാഭ്യാസം പൂർത്തിയാക്കി. തിരുവനന്തപുരം പോത്തൻകോട് സ്വദേശിയായ പ്രശാന്ത് എസ്. ആർ. ആണ് പങ്കാളി. നിലവിൽ ബാംഗ്ലൂരിൽ താമസിക്കുന്നു.

സഹോദരൻ : ലിനീഷ്കൃഷ്ണൻ എൽ. എൽ.

2017-18 കാലയളവിൽ, വഴുതക്കാട് ഗവൺമെന്റ് കോളേജ് ഫോർ വിമൻസിലെ മാഗസിൻ കമ്മിറ്റിയിൽ എഡിറ്റോറിയൽ ബോർഡ് അംഗമായും, 2019-20 കാലയളവിൽ, തൈക്കാട് ഗവണ്മെന്റ് ആർട്സ് കോളേജിന്റെ മാഗസിൻ കമ്മിറ്റി സബ് എഡിറ്ററായും പ്രവർത്തിച്ചു.

BOOK LOVER - LLNL എന്ന പേരിൽ സമൂഹ മാധ്യമങ്ങളിലൂടെ പുസ്തകങ്ങൾ പരിചയപ്പെടുത്തുന്ന പംക്തി നടത്തി വരുന്നു.

കൃതികൾ :

പെൺചരിതങ്ങൾ (കഥ സമാഹാരം)

ചെതുമ്പലുകൾ (കഥ സമാഹാരം)

ആത്മാക്കൾ കരയുമ്പോൾ (കവിത സമാഹാരം)

Email : nithyalekshmill@gmail.com

നിലച്ചിട്ടും സൂക്ഷിക്കുന്ന ഘടികാരങ്ങൾ

മനുഷ്യരിൽ നിന്ന് മനുഷ്യരിലേക്കുള്ള ഒരു യാത്ര. അതിനിടയിൽ ഓരോ കഥകൾ പിറന്ന് വീഴുന്നു. അത് മാത്രമല്ല, ഇത് കൂടിയാണ് ഞാനെന്ന് കഥാപാത്രങ്ങൾ വിളിച്ചു പറയുന്നു. അപ്പോഴാണ്, മനുഷ്യരുടെ മനസ് മനസിലാക്കുന്നതോളം കഠിനമായ മറ്റൊന്നും ഭൂമിയിലില്ലെന്ന തോന്നൽ ഉണ്ടാകുന്നത്. ആ തോന്നലിന്റെ ഫലമാണ് 'കറ്റകെട്ട ഘടികാരം'.

ഓർമയിൽ വേരൂന്നി നിന്ന ഒരു മനുഷ്യൻ. അയാൾ പത്ത് വർഷത്തോളം ഒന്നും ഉരിയാടാതെ, ശബ്ദങ്ങളൊന്നുമുണ്ടാക്കാതെ ഉള്ളിൽ കിടന്നുറങ്ങിയിട്ട്, പെട്ടന്നൊരു ദിവസം പുറത്തേക്ക് ചാടി, ബസിന് പിന്നാലെ ഓടാൻ തുടങ്ങി. ഞാൻ വിസ്മയപ്പെട്ടു. ഇത്രനാളും എന്റെ ഉള്ളിലുണ്ടായിരുന്നുവോ എന്നോർത്ത്, അതും ഇത്രയും ആഴത്തിൽ! ആ മനുഷ്യനിൽ നിന്ന് ജന്മമെടുത്തതാണ് ഈ പുസ്തകം. ഇതിൽ ആ മനുഷ്യന്റെ കഥയില്ല, എന്നാൽ അദ്ദേഹം കൂടി ഉൾപ്പെടുന്നതാണ് ഈ പുസ്തകം. ജീവിതത്തിന്റെ പോക്ക് നേർരേഖയിൽ അല്ലെന്ന് മനസ്സിലാക്കിത്തന്ന മറ്റനേകം മനുഷ്യർ കൂടെ, കൂടിച്ചേർന്നപ്പോൾ 'കറ്റകെട്ട ഘടികാരം' അതിന്റെ പൂർണ രൂപത്തിലെത്തി. ഇങ്ങനെയും കുറെ മനുഷ്യർ ഇവിടെ ജീവിച്ചിരിക്കുന്നുവെന്ന് പറയുവാനല്ലാതെ, ശരിയുടെയോ തെറ്റിന്റെയോ പക്ഷത്ത് ഇവരെയൊന്നും പിടിച്ച് കെട്ടാൻ ഞാൻ ഉദ്ദേശിക്കുന്നില്ല.

ഒറ്റപ്പെട്ട, ചതിക്കപ്പെട്ട, സ്നേഹത്തിൽ നിന്ന് പുറത്താക്കപ്പെട്ട മനുഷ്യർക്കൊപ്പമുള്ള യാത്ര എത്രകണ്ട് സുഖകരമാകുമെന്നറിയില്ല. എങ്കിലും, അവർ കൂടെ ചേർന്നതാണ് ലോകമെന്നും, അവർ ചിലപ്പോൾ നമ്മുടെയൊക്കെ നാട്ടിലോ, വീട്ടിലോ, ചില

പ്പോൾ നമ്മുടെ കൈയിൽ തൊട്ട് കൊണ്ട് ഏറ്റവും അടുത്തോ ഇരിക്കുന്നുണ്ടാകുമെന്ന തിരിച്ചറിവാണ് വേണ്ടതെന്നും ഞാൻ സ്വയം പഠിച്ചുകൊണ്ടിരിക്കെ ഉണ്ടായതാണ് ഈ പുസ്തകത്തിലെ പതിനൊന്ന് കഥകളും. കറ്റകളൊക്കെ കെട്ടതിന് ശേഷവും, അഥവാ സൂചികളൊക്കെ നിലച്ചതിന് ശേഷവും ചില ഘടികാരങ്ങളെ നമ്മളൊക്കെ വീട്ടിൽ സൂക്ഷിക്കാറില്ലേ, ഏതോ കാലത്തിന്റെ ഓർമ്മകളുടെ കൂട്ടിൽ ചേർത്ത് വയ്ക്കുന്നതിന് വേണ്ടി മാത്രം. അത്തരത്തിൽ എല്ലാം നിലച്ചിട്ടും, ഞാൻ സൂക്ഷിച്ചു വയ്ക്കുന്ന കഥകളിൽ ചിലത് നിങ്ങളോട് പറയുന്നുവെന്നേയുള്ളൂ. ഈ മനുഷ്യരെ, അവരുടെ ഉള്ളിലെ കലാപങ്ങളെ, എത്ര വെള്ളമൊഴിച്ചിട്ടും കെടാത്ത അഗ്നിയെ നിങ്ങൾക്ക് മനസ്സിലാക്കുവാൻ സാധിക്കുന്നുവെങ്കിൽ, അതിലൂടെ ചുറ്റുവട്ടത്തുള്ള ഒരു മനുഷ്യന്റെയെങ്കിലും വെറുപ്പിന്റെ കാരണവും, ദേഷ്യത്തിന്റെ ഉറവിടവും ചിന്തിച്ച് പൊറുത്ത് കൊടുക്കുവാൻ കഴിയുന്നുവെങ്കിൽ, വെളിച്ചത്ത് വന്നതിൽ എന്റെ കഥകൾ സന്തോഷിക്കും.

അക്ഷരങ്ങൾക്ക് ചോര പൊടിയിപ്പിക്കാനും, മുറിവുകൾ തുന്നിക്കെട്ടാനും ഒരുപോലെ കഴിവുണ്ടെന്ന് എന്നെ പഠിപ്പിച്ച എന്റെ പ്രിയപ്പെട്ടവർക്ക് നന്ദി.

അക്ഷരങ്ങൾ പഠിപ്പിച്ച അധ്യാപകർക്കും, ജീവിതം പഠിപ്പിച്ച അനുഭവങ്ങൾക്കും നന്ദി. സ്കൂൾ മാഗസീനിലെ കവിത കണ്ട് സന്തോഷപ്പെട്ട ശ്രീല ടീച്ചർ, എട്ട് വർഷങ്ങളിലധികമായിട്ടും നിലയ്ക്കാത്ത പ്രോത്സാഹനം നൽകുന്ന ഉമ ടീച്ചർ,ഏത് നിമിഷത്തിലും സംശയങ്ങൾ ചോദിക്കുവാൻ പാകത്തിൽ ചേർത്ത് നിർത്തുന്ന ജൂലി ടീച്ചർ, എപ്പോഴും പ്രോത്സാഹനം നൽകിയിരുന്ന അജിൽ സർ, വിജയൻ സർ, അനിത ടീച്ചർ, സിനീഷ് സർ, എന്റെ പ്രിയപ്പെട്ട സഹപാഠികൾ, സുഹൃത്തുക്കൾ, അങ്ങനെയങ്ങനെ എണ്ണിത്തീരാത്തത്രയും പ്രിയപ്പെട്ടവരോട് ഞാൻ എഴുത്തിന്റെ പേരിൽ കടപ്പെട്ടിരിക്കുന്നു.

ജീവിതത്തെ മറ്റൊരു കോണിൽ നിന്ന് വായിക്കുവാൻ പഠിപ്പിച്ച അച്ഛനും അമ്മയ്ക്കും, കഥകളുടെ കൂടാരമായ പപ്പയ്ക്കും രാധമ്മയമ്മയ്ക്കും നന്ദി. മണിക്കൂറുകൾ നീളുന്ന സംവാദങ്ങളിലൂടെ എന്റെ ഉള്ളിലേക്ക് വൈരുദ്ധ്യങ്ങളായ ചിന്താശകലങ്ങൾ നിറയ്ക്കുന്ന സഹോദരൻ ലിനീഷ് കൃഷ്ണനും, ദീർഘമായ സംസാരങ്ങൾ സഹാനുഭൂതിയോടെ കേട്ടിരിക്കുന്ന പ്രിയപ്പെട്ട ചേച്ചി

ഡോ. അനിഷ്മ സുരേഷിനും, ഇനിയെന്നാണ് പുതിയ കഥയെഴുതുന്നതെന്ന ഒരേയൊരു ചോദ്യത്തിലൂടെ മുന്നോട്ട് നയിക്കുന്ന പ്രദീപേട്ടനും മാലു ചേച്ചിക്കും നന്ദി. 'മുറ്റത്തെവിടെയെങ്കിലും നിന്റെ പുതിയ കഥയ്ക്കുള്ള വിത്ത് കിടപ്പുണ്ടാകുമെ'ന്ന് പറഞ്ഞ് ഷീബ ചേച്ചി നൽകിയ ഉണർവ്വ് ഇപ്പോഴും മാഞ്ഞ് പോയിട്ടില്ല. കുഞ്ഞിയുടെ പുസ്തകമാണോ ഇതെന്ന ദർശിത്തിന്റെ കണ്ണുകളിലെ അത്ഭുതവും, ചേച്ചിയുടെ പുസ്തകം ഇന്നെന്റെ ടീച്ചർ വായിക്കുന്നുണ്ടായിരുന്നുവെന്ന് പറഞ്ഞ് സന്തോഷപ്പെട്ട നയനയും പുതിയ പുസ്തകങ്ങളിലേക്ക് ചെന്ന് ചേരാൻ പിന്നെയും പ്രേരിപ്പിക്കുന്നു.

'എന്തായിത്, ഒട്ടും കൊള്ളില്ല. എന്നിൽ ഇത് കൊണ്ടിട്ടില്ല' എന്ന വാചകം നിർദാക്ഷണ്യം പറഞ്ഞുകൊണ്ട്, വായനയും എഴുത്തും ചിന്തകളും കൂടുതൽ ആഴത്തിലേക്ക് നീട്ടാൻ പ്രേരിപ്പിക്കുന്ന ജീവിതപങ്കാളിക്ക് നന്ദി.

മികച്ച കുറിപ്പുകൾ, പുസ്തകങ്ങൾ, സിനിമകൾ തുടങ്ങിയവയൊക്കെ അയച്ച് തന്ന്, എന്റെയുള്ളിലെ വായനക്കാരിയെ കൂടുതൽ പുതുക്കുന്ന പ്രിയപ്പെട്ട സന്തോഷേട്ടനോടുള്ള കടപ്പാട് എഴുതി തീർക്കാനാകുന്നതല്ല.

കഥകളുടെ ഉള്ളാഴങ്ങൾ മനസിലാക്കിയെടുത്ത് അവതാരിക എഴുതിയ ശ്രീ. ഉമർ മുഹമ്മദ് സി.കെ.യ്ക്കും, കവർ പേജ് ചെയ്ത ശ്രീ അബ്ദുൾ അനീസിനും, പുസ്തകരൂപത്തിലേക്ക് ഈ കഥകൾ മാറാൻ കാരണമായ മാൻകൈൻഡ് ലിറ്ററേച്ചറിനും, ഓരോ വാക്കും വാചകവും ഏറ്റവും സൂക്ഷ്മമായി വായിക്കുന്ന ശ്രീമതി അമൃതയ്ക്കും ശ്രീ സായൂജ് ബാലുശ്ശേരിയ്ക്കും ഹൃദയത്തിൽ തൊട്ട നന്ദി.

പ്രിയപ്പെട്ട വായനക്കാരേ,

എന്റെയുള്ളിൽ ഉറങ്ങിയിരുന്ന കുറെ മനുഷ്യരെ ഞാനിതാ നിങ്ങൾക്ക് കൈമാറുന്നു. അവരെ താലോലിക്കണമോ, തല്ലിയൊടിച്ച് കളയണമോയെന്ന് നിങ്ങൾ തന്നെ തീരുമാനിക്കൂ.

നമുക്ക് വീണ്ടും കണ്ടുമുട്ടാനാകട്ടെ,

സ്നേഹപൂർവ്വം,

നിത്യാലക്ഷ്മി എൽ. എൽ.

ബാംഗ്ലൂർ,

14-11-2024.

പൊള്ളിവീണ പതിനൊന്ന് കഥകൾ

കഥയുടെ ഉച്ചവെയിലത്ത് നിന്നിട്ടുണ്ടോ? പെരുമഴയത്ത് നനഞ്ഞിട്ടുണ്ടോ?

നിത്യാലക്ഷ്മിയുടെ ഈ പതിനൊന്ന് കഥകൾ നിങ്ങളെ ഉച്ച വെയിലിൽ കൊണ്ടു നിർത്തും. തൊലി പൊള്ളിയടർന്ന് മാംസം മാത്രമുള്ള നിങ്ങളെ ലോകത്തിന് കാണിച്ചുകൊടുക്കും. എന്നിട്ട് ആ മാംസത്തിലേക്ക് മഴപെയ്യിച്ച് നീറ്റും.

കഥ പറച്ചിൽ പല തരത്തിലുണ്ട്, എഴുത്തുകാരും. ചിലർ അസാധാരണ ജീവിതങ്ങളെ സാധാരണമായി പറയും. നിത്യാലക്ഷ്മിയുടെ 'ചെതുമ്പലുകൾ' അത്തരമൊരു കഥാസമാഹാരം ആയിരുന്നു. നമുക്ക് അത്ര സുപരിചിതമല്ലാത്ത എന്നാൽ നിർബന്ധമായും സുപരിചിതമാവേണ്ട ഒരുപാട് കഥാപാത്രങ്ങളും സന്ദർഭങ്ങളുമെല്ലാം കോർത്തിണക്കിയത്. അതിൽ മിക്കവയും വ്യക്തമായ സ്ത്രീപക്ഷ എഴുത്ത് തന്നെ ആയിരുന്നു. എന്നാൽ പുരുഷ വിദ്വേഷം അശേഷം തീണ്ടാത്തവയും.

എന്നാൽ 'കറ്റകെട്ട ഘടികാരം' എന്ന ഈ പുസ്തകത്തിലേക്ക് വരുമ്പോൾ നമ്മൾ കാണുന്ന സാധാരണ ജീവിതങ്ങളെ കനലിൽ പഴുപ്പിച്ച് നമ്മുടെ ഉള്ളിലേക്ക് കുത്തിയിറക്കുന്നുണ്ട് നിത്യാലക്ഷ്മി. ഉള്ള് പൊള്ളിച്ചും കണ്ണുനിറയിച്ചും മനസ്സ് നിറപ്പിച്ചും വായിപ്പിക്കുന്ന പതിനൊന്ന് കഥകൾ.

'അമാവാസിയിലെ ഒറ്റ നക്ഷത്രം' എന്ന കഥയിൽ നാം ഒരു

പാട് കണ്ടും കേട്ടുമറിഞ്ഞ പ്രവാസികളുടെ ജീവിതമാണ്. ആ കഥ വായിച്ചവസാനിപ്പിക്കുമ്പോൾ പൊള്ളിയുതിർന്നു വീഴുന്ന കണ്ണുനീർത്തുള്ളികളാണ് ആ കഥയുടെ എന്റെ റിവ്യൂ. എന്റെ പിതാവും ഒരു പ്രവാസിയായിരുന്നു. നീണ്ട മുപ്പത് വർഷക്കാലം ഞങ്ങൾക്ക് വേണ്ടി അവിടെ ജീവിച്ചത് കൊണ്ട് 'ഗൾഫുകാരനാ'യിപ്പോയ ഒരാൾ. ഈ കഥ വായിച്ചു തീരുമ്പോൾ ഇത്രയും വർഷത്തെ പ്രവാസജീവിതം അവസാനിപ്പിച്ച് ഉപ്പയെ നാട്ടിൽ നിർത്താനുള്ള ഞങ്ങളുടെ തീരുമാനം എത്രമേൽ വലിയ സന്തോഷമായിരുന്നു എന്ന് എനിക്ക് മനസ്സിലാകുന്നുണ്ട്. പ്രവാസികളെക്കുറിച്ച് പണ്ട് എവിടെയോ വായിച്ചത് ഓർമ്മയുണ്ട്;

'ഇവിടെയുള്ളവർക്ക് വേണ്ടി,
അവിടെ ജീവിക്കുന്നത് കൊണ്ട്,
ഇവിടെയും അവിടെയും
അന്യനായി പോകുന്ന ഒരാൾ.'

ഈ കഥയിലെ ആ ഒരാൾ കേരളത്തിലെ മാത്രമല്ല, ലോകത്തെമ്പാടുമുള്ള പതിനായിരക്കണക്കിന് പ്രവാസികളുടെ പ്രതിനിധിയാണ്.

വിശ്വാസത്തിന്റെ ശരിക്കുള്ള അർത്ഥം എന്താണ്? 'ചോരന്റെ ചോരിക' എന്ന കഥയും 'കഴുത്തറുപ്പും' വായിച്ചു തീർന്നപ്പോൾ എനിക്ക് തോന്നിയ സംശയം അതായിരുന്നു? ഏത് വിശ്വാസത്തെയാണ് നമ്മൾ വിശ്വസിക്കേണ്ടത്? ഉത്തരവും കഥ തന്നെ തരും. ഒരു കഥ, സ്നേഹത്തിലേക്കുള്ള തിരിച്ചുപോക്കാണ് വിശ്വാസം എന്ന് പറയുന്നു. മറ്റൊരു കഥ, വിശ്വാസം തന്നെ വഞ്ചനയാണെന്ന് പഠിപ്പിക്കുന്നു. രണ്ടും ശരിയാണ്. രണ്ട് ശരിയേയും സ്വീകരിക്കാം.

'ഐ വിറ്റ്നസ്' എന്ന കഥയിൽ എനിക്ക് മുഖമടച്ച് ഒരു അടി കിട്ടി. എനിക്ക് മാത്രമല്ല; അത് വായിക്കുന്ന, സമൂഹത്തിന്റെ കൊള്ളരുതായ്മകളെ പേടിച്ച് മിണ്ടാതിരിക്കുന്ന ഏതൊരു മനുഷ്യനും മുഖമടച്ച് ഒരു അടി കിട്ടും. ഉറക്കത്തിൽ ചിലപ്പോൾ ചോരപുരണ്ട പഴംപൊരികൾ പല്ലിളിക്കും.

'ചെതുമ്പലുകൾ' എന്ന പുസ്തകത്തിൽ ഒരു വലിയ ശതമാനം എഴുത്തുകാർ തുറന്നു പറയാൻ മടി കാണിക്കുന്ന മൂന്നാം ലിംഗക്കാരുടെ ജീവിത വ്യഥകൾ ഒന്നിൽ കൂടുതൽ കഥകളിലൂ

ടെ മനോഹരമായി നമ്മുടെ ഉള്ളിലേക്ക് ചേർത്തു തുന്നിയിട്ടുണ്ട് നിത്യാലക്ഷ്മി. അതിന്റെ തുടർച്ചയെന്നോണം നമുക്ക് ഈ പുസ്തകത്തിൽ 'അവിശുദ്ധം' എന്ന കഥ വായിക്കാം. നമ്മുടെ 'അയ്യേ'കളെയെല്ലാം വലിച്ചുപറിച്ച് ദൂരെ കളയാൻ നിത്യയുടെ എഴുത്തിന് വല്ലാത്തൊരു ശക്തിയുണ്ട്.

വായിച്ച് ഭയപ്പെട്ടു പോയ ഒരു കഥയാണ് 'ഇത് എന്ത് തരം കളിയാണ്?' ശരിക്കും എന്താണ് പ്രണയം? രണ്ടുപേർ ഒന്നായിട്ടും ഒന്നാവാതെ പോകുന്ന വികാരവായ്പുണ്ടാവാറില്ലേ? പ്രണയം തിരഞ്ഞു തിരഞ്ഞു ചിലപ്പോഴൊക്കെ മാംസം തുളച്ച് ഉള്ളിലേക്ക് പോകാറില്ലേ നാം? അത് ശരിക്കും വല്ലാത്തൊരു മരണക്കളിയാണ് വല്ലാതെ പേടിപ്പിക്കുന്ന, അറപ്പിക്കുന്ന ഒരു കളി. ഈ കഥ വായിച്ച് തീരുമ്പോൾ ഉള്ളിൽ മുളപൊട്ടുന്ന ഒരു അസ്വസ്ഥതയുണ്ട്. കഥകൾക്കൊക്കെ ഇത്ര ശക്തിയുണ്ടെന്ന് മനസ്സിലാകുന്ന നിമിഷം..

ആത്മഹത്യയെ കുറിച്ചൊക്കെ പറയുമ്പോൾ, മരിക്കാൻ ഒരൊറ്റ നിമിഷത്തെ തോന്നൽ മതി എന്നൊക്കെ പറയാറുണ്ട് നമ്മൾ. ചിലപ്പോഴൊക്കെ ജീവിക്കാനും അതിജീവിക്കാനും അതുപോലെ ഒരൊറ്റ നിമിഷത്തെ തോന്നൽ മതി. വായിച്ചു തീർന്നപ്പോൾ മനസ്സു നിറഞ്ഞ ഒരു കഥയാണ് 'ഒരില ചോറ്'.

വായിച്ചു കഴിഞ്ഞ ശേഷം ഒരല്പസമയം സ്തബ്ധനായി ഇരുന്ന് പോയ കഥയാണ് 'വിചാരണക്കൂട്'. നമ്മുടെയൊക്കെ ചെയ്തികളെ, നമ്മുടെയൊക്കെ തലച്ചോറിന്റെ അകത്തുവച്ചുതന്നെ വിചാരണ ചെയ്ത്, തെറ്റും ശരിയും നിശ്ചയിച്ച്, തെറ്റിന് ശിക്ഷ വിധിച്ച് കുഴിച്ചുമൂടുന്ന കഥ. വായിച്ചു തീരുമ്പോൾ കുറ്റവിചാരണ കഴിഞ്ഞ് ശിക്ഷ വിധിച്ച് ശൂന്യമായ ഒരു കോടതി പോലെയാകുന്നു തലച്ചോർ. അടുത്ത കഥയിലേക്ക് പോകാൻ ആർക്കും ഒരല്പം സമയം എടുക്കും.

നമ്മുടെയൊക്കെ തോന്നലുകൾക്കും മുൻവിധികൾക്കും ചിലപ്പോഴൊക്കെ അല്പസമയത്തെ ആയുസ്സ് മാത്രമേ ഉള്ളൂവെന്ന് പേർത്തും പേർത്തും പറഞ്ഞു തരുന്ന കഥയാണ് 'കറ്റകെട്ട ഘടികാരം'

'അവന്റോടെ പോയോളേ..' എന്ന വിലാപം ജീവിതത്തിൽ നിങ്ങൾ മുൻവിധികൊണ്ട് കൊന്നുകളഞ്ഞ ഒരുപാട് വിലാപങ്ങളെ ഓർമിപ്പിക്കും.

വീണ്ടും പറയുന്നു; പൊള്ളിയടർന്ന് തൊലിയുരിയാതെ നിങ്ങൾക്ക് ഈ കഥകൾ വായിക്കാനാവില്ല. വായിച്ചു തീർന്നിട്ടും നിങ്ങൾക്ക് പൊള്ളുന്നില്ലെങ്കിൽ, നിങ്ങൾ അത് 'വായിച്ചു' മാത്രം തീർത്തതാണ്

ഇനിയൊരു പുസ്തകത്തിന്റെ കവർ പേജിൽ നിത്യാലക്ഷ്മി എൽ. എൽ എന്ന് കണ്ടാൽ ഒരു സങ്കോചവും കൂടാതെ പുസ്തകത്തിലേക്ക് കൈനീട്ടാൻ പ്രേരിപ്പിക്കുന്ന രീതിയിൽ നിത്യ നമുക്ക് മുന്നിൽ ഓരോ കഥകളെയും മനോഹരമായി അനാവരണം ചെയ്യുന്നു.

- ഉമർ മുഹമ്മദ് സി. കെ.

കഥകൾ

"കൈപിടിച്ചൊരാൾ കൂട്ടിരുന്നാൽ,
കെട്ട് പോകാക്കനലുകൾ ബാക്കിയുണ്ടോ!
ജീവിതവീഥിയിൽ പാട്ട് പാടാൻ,
ജീവിക്കുമോർമ്മകൾ, കൂടെ വേണ്ടേ!"

പരലുകൾ

“അവള് തൊടുന്ന പൊട്ടിന് നല്ല വലിപ്പമുണ്ടായിരുന്നു. അതിലങ്ങനെ നോക്കിയിരുന്നാൽ അന്തിമയക്കത്തിന് പോയ ചെമന്ന സൂര്യനെപ്പിടിച്ച് നെറ്റിയിൽ ഒട്ടിച്ചതാണെന്നേ തോന്നൂ.”

അയാളുടെ കണ്ണുകളിൽ ഓർമ്മകളുടെ തിരയിളക്കം. അതിൽ സ്നേഹത്തിന്റെ പരലുകൾ മൂടിക്കിടന്നു.

അവൾ ഒന്നും പറഞ്ഞതേയില്ല. അവളുടെ കണ്ണുകൾ വിദൂരതയിൽ ഓടിനടന്നു. അവൾക്കും പറയാനുണ്ട്, ചന്ദ്രക്കലയെ ചുണ്ടിലേക്ക് വലിച്ചിട്ട് ചിരിക്കുന്ന ഒരു മനുഷ്യനെ കുറിച്ച്. എങ്കിലും ഒന്നും മിണ്ടിയില്ല. ഒന്നും മിണ്ടാനായില്ലെന്ന് പറയുന്നതാകും ശരി.

നഗരത്തിലെ, ഇരുണ്ട ഇടനാഴിക്ക് അപ്പുറമുള്ള കോഫീ ഷോപ്പിലെ നാലാം നമ്പർ സീറ്റ് ബുക്ക് ചെയ്തിടുകയാണെന്ന് അയാൾ ഇന്നലെ ഉച്ചയ്ക്കാണ് വിളിച്ചു പറഞ്ഞത്. അതിനുശേഷം പലവട്ടം അവൾ അയാളുടെ പ്രൊഫൈലിലൂടെ കടന്ന് പോയി. അതിലൂടെ പായുന്ന കണ്ണുകൾക്ക് ഒരു വികാരവും അപ്പോൾ തോന്നുന്നുണ്ടായിരുന്നില്ല. ജീവിതത്തിന്റെ നൗക ഇനിയും ഒറ്റയ്ക്ക് തുഴയാൻ വയ്യെന്ന് മാത്രമേ അവൾക്ക് തോന്നിയിരുന്നുള്ളൂ. മറ്റൊരു വിവാഹത്തെ കുറിച്ച് അച്ഛനും അമ്മയും

പറഞ്ഞ് തുടങ്ങിയിട്ട് തന്നെ വർഷം എട്ട് തികയുന്നു. ഒറ്റയ്ക്ക് ഓടിയോടി മടുത്ത ജീവിതത്തിൽ, കൂടെ കൈപിടിച്ച് ചേർക്കാനും, പരാതിയും പരിഭവവും കേട്ടിരിക്കാനും ഒരാൾ എന്നതിനപ്പുറം ഒന്നും തന്നെ അവൾ പുതിയ വിവാഹത്തിലൂടെ ഉദ്ദേശിച്ചിരുന്നില്ല.

"അവളിങ്ങനെ സൈലന്റ് ടൈപ്പ് ആയിരുന്നില്ലാട്ടോ. എപ്പോഴും എന്തെങ്കിലും പറഞ്ഞു കൊണ്ടേയിരിക്കുന്നൊരാൾ ആയിരുന്നു. എനിക്കും അതായിരുന്നു ഇഷ്ടം. മുത്തുകൾ വീണ് പതിക്കുന്ന മലയടിവാരത്തിന്റെ അടുത്ത് ചെന്നിരിക്കുമ്പോഴുള്ള ഒരു കുളിരില്ലേ. അതായിരുന്നു ഞങ്ങളുടെ വീട്." അയാൾ ഒരു പരിഭവമെന്നോണമാണ് പറഞ്ഞതെന്ന് അവൾക്ക് മനസിലായി. എന്നിട്ടും ഒന്നും മിണ്ടാൻ തോന്നിയില്ല. അവളും ഒരുകാലത്ത് അങ്ങനെ തന്നെയായിരുന്നുവല്ലോ!

"ഇടയ്ക്ക് അവളെ പോയി കാണുന്നതിൽ വിരോധമുണ്ടോ?" അയാൾ ചോദിച്ചു.

"ഇല്ല." അവൾ ചിരിച്ചു.

"വിവാഹശേഷവും?" അയാൾ സംശയത്തോടെ വീണ്ടും ചോദിച്ചു.

"ഇല്ല." അവൾ കൂടുതൽ ഉറപ്പോടെ ചിരിച്ചു.

"സാധാരണ ഭാര്യമാർ ഇങ്ങനെയൊന്നുമല്ലല്ലോ." അയാൾ അവളുടെ ഉത്തരങ്ങളിൽ കൂടുതൽ അത്ഭുതപ്പെടുന്ന പോലെ!

"കാണുമ്പോൾ സന്തോഷപ്പെടുന്ന ഒരാളെയെങ്കിലും സൂക്ഷിച്ച് വയ്ക്കാൻ പറ്റിയില്ലേ. അതിലാണ് കാര്യം. കണ്ടോളൂ. ഒരുമിച്ചിരുന്നോളൂ. ഒരുരുളയെങ്കിലും അവർക്ക് ഉരുട്ടിക്കൊടുത്തോളൂ." അവളുടെ വാക്കുകളിൽ സ്നേഹത്തിന്റെ സ്വാർത്ഥതകൾ ഒന്നുമുണ്ടായിരുന്നില്ല.

"കഴിഞ്ഞതൊക്കെ കഴിഞ്ഞു, ഇനി മുഴുവനായും എന്റേത് മാത്രമാണെന്നാണ് കഴിഞ്ഞ തവണ പരിചയപ്പെട്ടയാൾ പറഞ്ഞത്. പിന്നീട് ചില കാരണങ്ങൾ കൊണ്ട് ആ വിവാഹം നടന്നില്ല." കോഫീഷോപ്പിൽ നിന്നിറങ്ങി, പിന്നിലെ റെയിൽവേ പാളത്തിനരികിലൂടെ നടക്കുമ്പോൾ അയാൾ പറഞ്ഞു.

അവൾ ചെറുതായി ചിരിച്ചെന്ന് വരുത്തി ഒപ്പം കാലടികൾ വച്ചു. ഏറെദൂരം അയാൾ എന്തൊക്കെയോ പറഞ്ഞുകൊണ്ട്

നടന്നു. അവൾ അതൊന്നും കേൾക്കുന്നുണ്ടായിരുന്നില്ല. അവളുടെ ഉള്ളിലിപ്പോൾ സുധിയുടെ കാൽപ്പാടുകൾ മാത്രം. അവനൊപ്പമുള്ള രാത്രി നടത്തങ്ങളും, ചൂടുള്ള ചായയും, വല്ലാമ്പറമ്പിലെ പഴംപൊരിയും... ഓർമ്മകളുടെ വേരുകൾ അറ്റ്, അറ്റ്, താഴേക്ക് പതിച്ച്, വീണുരുണ്ട് പോകുന്നത് പോലെ.

"ഇവിടെ വച്ചാ ഞങ്ങളാദ്യം കണ്ടുമുട്ടിയത്. അന്ന് ഞാൻ കോളേജിലേക്ക് പോകാതെ അവളുടെ പിറകേ ചെന്ന് വേറെ ഏതോ ട്രെയിനിൽ കേറി. അപ്പൊ ബോധമൊന്നും ഉണ്ടായിരുന്നില്ല. ലാസ്റ്റ് അവളേം കാണാനില്ല, ഏത് സ്റ്റോപ്പെന്നും അറിയില്ല, അതായി അവസ്ഥ." അയാൾ പൊട്ടിച്ചിരിച്ചു. അത് കണ്ട് അവളും ചിരിച്ചു പോയി. അയാൾ പിന്നെയും മുന്നോട്ടേക്ക് നടന്നു. പോസ്റ്റിന് അപ്പുറം ഒരു ഒഴിഞ്ഞ ഇരിപ്പിടമുണ്ടായിരുന്നു. അവിടെയെത്തിയപ്പോൾ അയാൾ നടത്തം നിർത്തി. പിന്നെ, പെട്ടന്ന് അയാളുടെ മുഖം വിഷാദത്തിൽ മുങ്ങി. കണ്ണ് കലങ്ങിയോ എന്ന് പോലും അവൾക്ക് തോന്നുകയുണ്ടായി. അത്ര നേരമില്ലാത്തൊരു വിറയൽ അയാളുടെ ശരീരത്തിലാകമാനം ഉണ്ടാകുന്നത് കണ്ട്, അവൾ കൈകൾ ചേർത്ത് പിടിച്ചു.

"എന്ത് പറ്റി?" അവൾ ചോദിച്ചു.

"മീരാ..." അയാൾ ആദ്യമായി പേരെടുത്ത് വിളിച്ചുവല്ലോയെന്നോർത്ത് അവളുടെ ഹൃദയം വിരിഞ്ഞു.

"ഇവിടെ വച്ചാണ് എന്റെ ജീവിതത്തിന്റെ എല്ലാം നശിച്ച് പോയത്." അയാളുടെ കൈകൾ ചൂണ്ടപ്പെട്ട ഇടത്തിലേക്ക് അവൾ നോക്കി.

"അവളും ഞാനും കുഞ്ഞാപ്പിയും കൂടെ കണ്ണലമ്മേട്ടിലെ ദേവീടെ അമ്പലത്തിൽ പോയതാ. ഞാൻ അവിടുന്ന് നേരെ ഓഫീസിൽ പോയി. അവര് രണ്ടാളും കൂടി തിരിച്ചുപോന്നു. അമ്പലത്തിൽ പോകാൻ നേരത്തെ എണീറ്റു. വഴിപാടിനുള്ള പൂക്കൾ കെട്ടാനുണ്ടായിരുന്നത് കൊണ്ട് തലേന്ന് ഉറങ്ങിയപ്പോഴും വൈകി. ഇവിടെ, സ്റ്റേഷനിൽ നിന്ന് അടുത്ത ട്രെയിൻ രണ്ട് മണിക്കൂർ കഴിഞ്ഞേ ഉള്ളൂ. അതുകൊണ്ട് ഒഴിഞ്ഞ ഒരിടം നോക്കി വന്നിരുന്നതാ. ഉറങ്ങിപ്പോയി. കുഞ്ഞാപ്പി കൈയിൽ തന്നെയുണ്ടായിരുന്നു. എപ്പോഴോ കൈയിൽ നിന്ന് വഴുതിയിറങ്ങി. കുറേ ശബ്ദമൊക്കെ കേട്ടിട്ട് അവള് കണ്ണുതുറക്കുമ്പോൾ കുറച്ച് മുന്നിലായിട്ട് ഒരു ആൾക്കൂട്ടമാണ് കണ്ടത്. റെയിൽവേ

ട്രാക്കിൽ, കുഞ്ഞ് ചതഞ്ഞരഞ്ഞ്..." അയാളുടെ കണ്ണിൽ നിന്ന് കണ്ണുനീർ ഒഴുകിയിറങ്ങി. അവൾ അയാളുടെ കൈകൾ കൂടുതൽ ശക്തമായി മുറുകെ പിടിച്ചു.

പിന്നെ ഏറെനേരം കഴിഞ്ഞാണ് അയാൾ സംസാരിച്ച് തുടങ്ങിയത്.

"തള്ളയാണ് പോലും തള്ള! കൊച്ചിനെ നോക്കാൻ വയ്യെങ്കിൽ നീയൊക്കെ എന്തിനാ ഇങ്ങനെ കൊച്ചിനെ ഉണ്ടാക്കിയിടുന്നതെന്ന് ആ ചതഞ്ഞരഞ്ഞ കുഞ്ഞ് ശരീരം നോക്കി വാവിട്ട് വിളിക്കുന്ന അവളോട് ഏതോ ഒരു സ്ത്രീ അറപ്പോടെ ചോദിച്ചു. അവൾ പിന്നെ കരഞ്ഞില്ല. ഒന്നും സംസാരിച്ചില്ല. ഒരു പ്രതിമയെപ്പോലെയാണ് ചടങ്ങുകളുടെ സമയത്ത് ഇരുന്നത്. അഞ്ച് വയസുള്ളൊരു കുഞ്ഞ് സ്വന്തം അശ്രദ്ധ മൂലം കൺമുന്നിൽ ചതഞ്ഞരഞ്ഞ് കിടക്കുന്നത് കണ്ടാൽ ഏതൊരമ്മയ്ക്കാണ് സഹിക്കാൻ കഴിയുക? ചടങ്ങുകൾ കഴിഞ്ഞപ്പോൾ തന്നെ അവളുടെ മാനസിക നില തെറ്റിയിരുന്നു. ഒരുപാട് ചികിത്സകൾ ചെയ്തു. തിരിച്ച് വരാൻ ഇനി പ്രയാസമാണെന്ന് ഡോക്ടർമാർ പറഞ്ഞപ്പോഴും, കൈവിട്ട് കളയാൻ എനിക്ക് കഴിയുമായിരുന്നില്ല. ബോധമില്ലാതെ ഇറങ്ങി ഓടുകയും, റോഡരികിൽ ചെന്ന് വസ്ത്രങ്ങൾ ഊരിയെറിയുകയുകയും ഒക്കെ ചെയ്യുമ്പോഴും ഉപേക്ഷിക്കാൻ എനിക്ക് കഴിയുമായിരുന്നില്ല. നാട്ടുകാർ വന്ന്, ചങ്ങലയ്ക്കിട്ടു കൂടെയെന്ന് മുന്നീന്നും പിന്നീന്നും ചോദിച്ച് തുടങ്ങിയപ്പോൾ അവരെയൊക്കെ ഞാൻ ചീത്ത വിളിച്ച് ഓടിക്കുകയാണ് ചെയ്തത്. ചങ്ങലയ്ക്കിട്ട നിലയിൽ അവളെ കാണാൻ വയ്യാഞ്ഞിട്ട് ഞാൻ ജോലി രാജിവച്ച് കൂട്ടിരിക്കാൻ തുടങ്ങി. ഇടയ്ക്കിടയ്ക്കൊക്കെ എന്നെ ഉപദ്രവിക്കുമായിരുന്നു." അയാൾ ചുണ്ടിൽ ഒരു ചിരി വരുത്തി ഇടത് കൈ വിരലുകളിലേക്ക് നോക്കി. അപ്പോഴാണ്, അയാളുടെ കൈകളിലാകെയും വെട്ടേറ്റ പാടുകൾ കിടന്നിഴയുന്നതിലേക്ക് അവളുടെ ശ്രദ്ധ പതിയുന്നത്.

"നീയെന്റെ കുഞ്ഞിനെ കൊണ്ട് പോകുമല്ലേടാ എന്ന് പറഞ്ഞ് വെട്ടുന്നതാ. ഉറങ്ങിക്കിടക്കുമ്പോൾ എപ്പോഴും ഇതൊക്കെ തന്നെയായിരുന്നു. എന്നിട്ടും എനിക്ക് അവളെ പിരിയുന്നത് ഓർക്കാൻ കഴിയുമായിരുന്നില്ല. ഒടുവിൽ, അവളുടെ അച്ഛൻ തന്നെ വന്ന് പറഞ്ഞു. മോനെ, ഒരു നല്ല ആശുപത്രിയിലേക്ക് അവളെ മാറ്റൂ, ഇടയ്ക്ക് നമുക്ക് അവിടെ പോയി കാണാമെന്ന്.

ഞാൻ സമ്മതിച്ചില്ല. എനിക്കവളെ കണ്ടോണ്ടിരുന്നാൽ മാത്രം മതി. വേറൊന്നും വേണ്ടിയിരുന്നില്ല. ഷോക്കടിപ്പിച്ചും മറ്റും മറ്റൊരു രൂപത്തിലാക്കി, ഏതെങ്കിലും ആശുപത്രിച്ചുമരിൽ ഒരു അനാഥപ്രേതമായി അവൾ കിടക്കുന്നത് എനിക്ക് ചിന്തിക്കാനെ പറ്റുമായിരുന്നില്ല. പക്ഷേ, എന്റെ എല്ലാ ചിന്തകളും ആ രാത്രിയിൽ മാറി." അയാൾ ശ്വാസം വലിച്ചെടുത്തു. അവൾ അയാളെ ശ്രദ്ധയോടെ നോക്കി.

"അന്ന് രാത്രീല് ഞാനൊന്ന് ഉറങ്ങിത്തുടങ്ങിയിട്ടേ ഉണ്ടായിരുന്നുള്ളൂ. അവൾ പുറത്തിറങ്ങിയതൊന്നും അറിഞ്ഞില്ല. രാത്രിയിലെപ്പോഴോ അയൽപ്പക്കത്തുള്ള രണ്ടുമൂന്ന് പേർ വന്ന് തട്ടി വിളിച്ചപ്പോഴാ എണീറ്റത്. അടുത്ത വീട്ടിലൊരു കുഞ്ഞുണ്ട്. കുഞ്ഞാപ്പിക്കൊപ്പം ജനിച്ചതാ. അവനെയും തട്ടിപ്പറിച്ചോണ്ട് അവൾ പുഴയിലോട്ട് ചാടീന്ന്. കേട്ടിട്ട് എനിക്ക് തലകറങ്ങി. ആളുകളൊക്കെ കൂടീട്ട് എങ്ങനെയോ രണ്ടാളേം കരയ്ക്കെത്തിച്ചു. വലിയ ഒഴുക്കൊന്നും ഇല്ലാത്ത സമയമായത് കൊണ്ട് വേറെ കുഴപ്പമൊന്നും ഉണ്ടായില്ല. ദൈവത്തിന് ഞാൻ നൂറ് നന്ദി പറഞ്ഞു. പിറ്റേന്ന് തന്നെ അവളെ ആശുപത്രിയിൽ അഡ്മിറ്റ് ആക്കി. നമ്മുടെ കുഞ്ഞേ പോയി. ഇനി അതിന്റെ പേരിൽ നാട്ടിലുള്ളോരുടെ കുഞ്ഞുങ്ങളുടെ ജീവന് അപായമൊന്നും ഉണ്ടാകരുതെന്ന് തീരുമാനിച്ചിട്ടാ അങ്ങനെ ചെയ്തത്. അവൾ പോയേ പിന്നെ എനിക്ക് ഈ ലോകത്ത് ഒന്നും ഇല്ലാത്ത പോലെയായിരുന്നു കുറേ നാൾ. ഞായറാഴ്ചകളിൽ അവൾക്കുള്ള ചോറൊക്കെ കെട്ടിക്കൊണ്ട് പോകുമായിരുന്നു. വേറൊന്നും ചെയ്യാനുണ്ടായിരുന്നില്ല. അമ്മ കുറേ പറഞ്ഞു നോക്കി, വേറൊരു കല്യാണം കഴിക്കാൻ. പക്ഷേ, എനിക്കതിനൊന്നും കഴിയുമായിരുന്നില്ല. ഇപ്പൊ, ഇപ്പൊ എനിക്ക് ഒറ്റയ്ക്ക് പറ്റുന്നില്ലെടോ. പൊട്ടിക്കരയുമ്പോൾ കെട്ടിപിടിക്കാനെങ്കിലും ഒരാൾ വേണമെന്ന് തോന്നിത്തുടങ്ങി. അതാ, മാട്രിമോണിയിൽ ഒരു പ്രൊഫൈൽ ചെയ്തിട്ടത്. ആർക്കും അങ്ങനെ താല്പര്യം തോന്നിയിട്ടൊന്നുമില്ല. നമ്മളീ പത്ത് നാല്പത് വയസുള്ളവരൊക്കെ രണ്ടാം കെട്ടിന് ചെന്നാൽ ആർക്കാ പിടിക്കുന്നെ.. രണ്ടൂന്ന് പേരൊക്കെ സംസാരിച്ച് തീരുമാനിക്കാമെന്ന് പറഞ്ഞിട്ട് ചെന്ന് കണ്ടിട്ടുണ്ട്. ഇത്രയും പോലും സംസാരിച്ചിട്ടുമില്ല, കേട്ടിരുന്നിട്ടുമില്ല. മീരാ, എനിക്ക് വേറൊന്നുമില്ല. അവളെ, എന്റെ ആശയെ വല്ലപ്പോഴും പോയി കാണണം.

ഈ ലോകത്ത് അവൾ ഒറ്റയ്ക്കല്ലെന്ന് ഇടയ്ക്കൊക്കെ അറിയിക്കണം. അവൾ അത് അറിയുന്നുണ്ടെങ്കിലും ഇല്ലെങ്കിലും. അത്രയേയുള്ളൂ."

തിരിച്ച് പോകാനുള്ള ബസിലിരിക്കുമ്പോൾ മീര അയാളെ വിവാഹം കഴിക്കാൻ തീരുമാനിച്ച് കഴിഞ്ഞിരുന്നു. എന്തുകൊണ്ടോ സുധിയെ കുറിച്ച് അവൾ ഒന്നും തന്നെ അയാളോട് പറഞ്ഞില്ല. പോകാൻ നേരം അയാളത് ചോദിച്ചതാണ്.

"ഞാൻ എന്റെ കാര്യങ്ങളൊക്കെ പറഞ്ഞു. പക്ഷേ മീരയുടെ കഥയൊന്നും പറഞ്ഞില്ലല്ലോ."

"രാജീവ്, എല്ലാ കഥകളും ഒറ്റദിവസം കൊണ്ട് പറഞ്ഞു തീർക്കേണ്ടതുണ്ടോ? നമുക്കിനിയും കാണാം." അതും പറഞ്ഞാണ് മീര ബസിലേക്ക് കയറിയത്. രാജീവ് ബസ് മറയും വരെ ഒറ്റയ്ക്കാക്കിപ്പോകുന്ന കളിക്കൂട്ടുകാരിക്ക് യാത്ര പറയും പോലെ കൈവീശിക്കൊണ്ടിരുന്നു.

സൈഡ് സീറ്റിലിരുന്ന്, പാഞ്ഞുവരുന്ന കാറ്റിന്റെ കിന്നാരം കേട്ട് തല ചായ്ക്കുമ്പോൾ, നാളെ രാജീവിനോട് ഗ്രൗണ്ട് റോഡിന്റെ മൂന്നാം വളവിൽ വരാൻ പറയണമെന്ന് അവളോർത്തു. അവിടെ വച്ച് സുധിയെ കുറിച്ച് പറയണം. അവരുടെ പ്രണയത്തെക്കുറിച്ച്, ജീവിതത്തെ കുറിച്ച്, ഒരുവർഷം തികയ്ക്കാനാകാത്ത ദാമ്പത്യത്തെക്കുറിച്ച്, പറയാതെ പടി കേറിവന്ന മരണത്തെ കുറിച്ച്, കണ്ണടച്ച് തീരും മുൻപേ ഉരുണ്ടുവന്ന ലോറിയുടെ ടയറുകളെ കുറിച്ച്. ഓർമ്മകളിൽ വിള്ളലുകൾ ഒന്നും തന്നെയുണ്ടായിരുന്നില്ല. തെളിഞ്ഞ ആകാശം മാത്രം!

രണ്ടുമാസത്തിനുള്ളിൽ ആ വിവാഹം നടക്കുമ്പോൾ, ഇരുപത്തിയഞ്ചാം വയസിൽ വിധവയായ പെൺകുട്ടിയുടേയും, മുപ്പത്തിരണ്ടാം വയസിൽ, മാനസികനില തെറ്റിയ ഭാര്യയ്ക്കൊപ്പം ജീവിതം ജീവിച്ച് തീർക്കാൻ തീരുമാനിച്ച യുവാവിന്റേയും ജീവിതങ്ങളുടെ പുതിയ തുടക്കമായിരുന്നില്ല അത്. മറിച്ച്, ഒരു തുടർച്ച മാത്രം. പഴയ ജീവിതത്തിന്റെ ബാക്കിപത്രങ്ങളെയാകെയും കോർത്തെടുത്തും ഓർത്തെടുത്തുമുള്ള തുടർച്ച. ആ തുടർച്ചയിൽ കേട്ടിരിക്കാൻ പുതിയൊരാൾ പങ്കുചേരുക മാത്രമാണിവിടെയെന്ന് മീര, രാജീവിനോട് പറഞ്ഞത് അവർ ഒന്നിച്ചുറങ്ങാൻ കിടന്ന ആദ്യത്തെ രാത്രിയിലാണ്.

വർഷങ്ങൾക്ക് ശേഷമുള്ള ഒരു സായാഹ്നത്തിൽ കിന്നരി

പ്പല്ലുകൾ കാട്ടി ചിരിച്ച് ആദി, മീരയോട് ചേർന്നിരുന്ന് സ്കൂൾ ബാഗിൽ നിന്ന് മലയാളം പാഠപുസ്തകമെടുത്ത് ഗൃഹപാഠം ചൂണ്ടിപ്പറഞ്ഞു,

"അമ്മേ, നാളെ നമ്മുടെ വീടിനെക്കുറിച്ചെഴുതിക്കൊണ്ട് പോണംന്ന്."

വീട്...

വീടിനെക്കുറിച്ചെഴുതുവാനുള്ളത് മീര ഓർത്തു.

സ്നേഹത്തിൽ മൂടിക്കിടന്ന രണ്ട് മനുഷ്യർ! അതിന്റെ നഷ്ടപ്പെടലുകൾ! അതിൽ നിന്നുണ്ടായ വിഷാദത്തിന്റെ നിറഞ്ഞു കത്തുന്ന നോവ്! നോവുകൾ ചേർത്ത് അവരുണ്ടാക്കിയ കൂട്! അതായിരുന്നു അവരുടെ വീട്. ദുഃഖത്തിന്റെ ചെരിഞ്ഞ ചില്ലകൾ ചേർത്തുവച്ചുണ്ടാക്കിയ വീട്.

"മധുരതരമെല്ലാം, ഇരുൾ
തലയ്ക്കലെത്തും വരെ;
ഹരം തന്നെയെല്ലാം, കാരാ
നെഞ്ചിൽ പതിയും വരെ!"

ചോരന്റെ ചോരിക!

വളവ് തിരിഞ്ഞ് നാലാമത്തെ വീടെന്നാണ് ആശാൻ പറഞ്ഞിരുന്നത്. പക്ഷേ, ഇടത്തോട്ടാണോ വലത്തോട്ടാണോ എന്ന് പറഞ്ഞില്ല. ഞാൻ കുരിശിന്റെ നടയിൽ വന്ന് നിന്ന് മുന്നോട്ടും പിന്നോട്ടും ഇടത്തോട്ടും വലത്തോട്ടും നടന്ന് നോക്കി. നാലിടത്തും വളവ് തിരിയുമ്പോൾ നാലാമത്തെ വീട് വരുന്നുണ്ട്. എന്താണ് ചെയ്യേണ്ടതെന്ന് കുറച്ചുനേരം ബസ് സ്റ്റോപ്പിൽ ചെന്നിരുന്ന് ആലോചിച്ചു നോക്കി. നാലിടത്തും പട്ടിയില്ലെന്ന് ഉറപ്പിച്ചിരുന്നു. ആശാനെ വിളിച്ച് നോക്കണമെന്ന് വച്ചാൽ അതിനും കഴിയില്ല. കക്കാനിറങ്ങുമ്പോൾ ഫോൺ കൊണ്ടുപോകരുതെന്നാണ് ആശാൻ ആദ്യം പഠിപ്പിച്ച പാഠം. എങ്ങാനും പിടിക്കപ്പെട്ടാൽ പോലീസ് എല്ലാം ചികഞ്ഞെടുത്ത് ആശാനെ വരെ പൊക്കും. എന്തെങ്കിലും സംശയങ്ങളിൽ വഴുതി നിൽക്കേണ്ടി വന്നാൽ, യുക്തിക്ക് തോന്നുന്നത് ചെയ്യുകയെന്ന ആശാന്റെ വാചകങ്ങളോർത്തെടുത്ത് നാല് വീട്ടിലും കയറാൻ ഞാൻ തീരുമാനിച്ചു.

എഴുന്നേറ്റ്, കുരിശടിക്ക് പിന്നിലെ കുറ്റിക്കാട്ടിലേക്ക് നടക്കുമ്പോൾ ഞാൻ ആശാൻ പറഞ്ഞ അടയാളങ്ങളെക്കുറിച്ച് ഓർക്കുകയായിരുന്നു. കിടപ്പറയുടെ അലമാരയിൽ തൂക്കിയിട്ട ചുവന്ന സാരി. അതാണ് അടയാളം. ഞാൻ കുരിശടിയുടെ പിന്നിൽ

ഇരുള് പറ്റിച്ചേർന്നിരുന്ന് ലുങ്കിയും ഷർട്ടും മാറ്റി. കറുത്ത ട്രൗസറിൽ അവിടെ നിന്ന് പതുങ്ങി എഴുന്നേൽക്കുമ്പോൾ കൈയിലെ കവറിൽ ലുങ്കിയും ഷർട്ടും തിരുകി കയറ്റി അവയെ കുറ്റിക്കാട്ടിലെ ചവറുകൾക്കിടയിലേക്ക് മറച്ച് വയ്ക്കാൻ മറന്നില്ല.

പതുക്കെയാണ് മുന്നോട്ട് നടന്നത്. ഓരോ ചുവടും ശ്രദ്ധയോടെയല്ലെങ്കിൽ, പായല് പിടിച്ചു കിടക്കുന്ന മതിലുകളിൽ നിന്ന് വഴുക്കി വീഴാൻ അരനിമിഷം മതി.

ആദ്യത്തെ വീട്ടിൽ കയറാൻ കുറച്ച് പ്രയാസപ്പെട്ടു. വെളിച്ചം കാണപ്പെട്ട മുറിയുടെ എയർഹോളിലൂടെ നോക്കുമ്പോൾ അവിടത്തെ ചെക്കൻ ഉറങ്ങിയിട്ടില്ലെന്ന് മനസിലായി. ഫോണിൽ തലയും കുമ്പിട്ട്, കട്ടിലിന്റെ ഒരരികിൽ ഇരിക്കുകയാണ് അവൻ. സമയം ഒന്നരയായി. അവൻ ഉറങ്ങുമെന്ന പ്രതീക്ഷയിൽ കുറച്ചുനേരം ഇരുന്നെങ്കിലും, ഉറങ്ങാനുള്ള ലക്ഷണമൊന്നുമില്ലെന്ന് അവന്റെ സ്ക്രീനിൽ നിന്ന് തെളിഞ്ഞുവന്ന നീല വെളിച്ചത്തിൽ നിന്ന് മനസ്സിലായി. ഒന്ന് കൂടെ എയർ ഹോൾ വഴി ആ മുറിക്കകം ആകെ പരതി. അവിടെ അലമാരയില്ല. സൺഷെയ്ഡ് വഴി നടന്ന് അടുത്ത മുറിയിലേക്ക് പോയി. അധികം വെളിച്ചമൊന്നുമില്ല. എങ്കിലും, ചാർജിങ് പോയിന്റുകളിൽ നിന്നുള്ള ചുവന്ന വെളിച്ചത്തിൽ മുറി മുഴുവനും കാണാം. ഭർത്താവ് മാത്രമേ കട്ടിലിലുള്ളൂ. അതുകൊണ്ട് തന്നെ, ചുമരിൽ മാലയിട്ട് തൂക്കിയിരിക്കുന്ന ഫോട്ടോ അയാളുടെ ഭാര്യയുടേതാകുമെന്ന് എളുപ്പത്തിൽ ഊഹിച്ചു. മുറിയിൽ അലമാരയോ, അതിൽ തൂക്കിയിട്ടിരുന്ന ചുവന്ന സാരിയോ ഉണ്ടായിരുന്നില്ല. ഇതല്ല വീടെന്ന് ഞാൻ ഉറപ്പിച്ചു. ഏത് വീട്ടിൽ കയറിയാലും അവിടെ നിന്ന് എന്തെങ്കിലുമൊന്ന് എടുക്കാതെ പോരരുതെന്ന അടിസ്ഥാന മുദ്രാവാക്യം മനസ്സിൽ തികട്ടി തികട്ടി വന്നതിനാൽ ഞാൻ ചുറ്റിലും നോക്കി. മറ്റൊന്നും കൈയിൽ തടയാത്തതിനാൽ, സിറ്റ്ഔട്ടിൽ കിടന്ന ബൾബ് ഊരിയെടുത്ത് ട്രൗസറിനടിയിൽ തിരുകി.

വലത്തേക്ക് തിരിഞ്ഞുള്ള നാലാമത്തെ വീട്ടിൽ കയറുന്നതിന് മുൻപ്, കുരിശടിക്ക് പിറകിൽ ചെന്ന് പത്ത് മിനിട്ട് വിശ്രമിച്ചു.

“ഇരുട്ടിൽ കള്ളന്മാർ ഉറങ്ങാൻ പാടില്ല. ഇരുട്ടിൽ തിളങ്ങുന്ന കണ്ണുമായി ഇര പിടിക്കാനിരിക്കുന്ന മൂങ്ങകളാകണം ഓരോ കള്ളന്മാരും. എങ്കിലേ ജീവിക്കാനൊക്കൂ. പിടികിട്ടിയോ?” ആശാ

ന്റെ ശബ്ദം അശരീരിയായി മുഴുങ്ങുന്നത് പോലെ! ആദ്യമായി ആശാനൊപ്പം വർക്കിനിറങ്ങിയ ദിവസം സുരേന്ദ്രൻ വക്കീലിന്റെ വീടിന് പിറകുവശത്തെ തെങ്ങിൻ ചോട്ടിലിരുന്ന് ഉറങ്ങിയ എന്റെ കണ്ണിലേക്ക് ടോർച്ചടിച്ചു കൊണ്ടാണ് ആശാൻ ആ പാഠം പറഞ്ഞുതന്നത്.

അടുത്ത വീട്ടിലേക്ക് കയറുമ്പോൾ തന്നെ ഉറക്കത്തിന്റെ മണം കിട്ടി. വീട് മുഴുവൻ ഇരുട്ടിനെ പുണർന്ന് കിടന്നു. ഞാൻ അടുക്കളയിലെ ഗ്രില്ലിട്ട വാതിലിനിടയിലൂടെ കൈയിട്ട് പൂട്ട് പൊളിച്ച് അകത്തേക്ക് കയറി. ഒരേയൊരു മുറി മാത്രമുള്ള ആ വീടിന്റെ ഒരു മൂലയ്ക്ക് ചുരുണ്ട് കൂടി കിടന്നിരുന്ന വൃദ്ധൻ കൂർക്കം വലിക്കുന്നതൊഴിച്ചാൽ അവിടെ മറ്റൊരു ശബ്ദവും ഉണ്ടായിരുന്നില്ല. ഞാൻ ആ മുറിയാകമാനം പരിശോധിച്ചു. ഇല്ല! ഇവിടെയുമില്ല, അലമാരയിൽ തൂക്കിയിട്ട ചുവന്ന സാരി! നിരാശനായില്ല. അവിടെനിന്ന് വേഗം ഇറങ്ങാൻ തീരുമാനിച്ചു. പോരുമ്പോൾ, വൃദ്ധന്റെ തലയ്ക്ക് മുകളിൽ തൂങ്ങിക്കിടന്നിരുന്ന രുദ്രാക്ഷ മാലയെടുത്ത് കഴുത്തിലിട്ടു. ശേഷം, അടുക്കളയിൽ കമിഴ്ത്തി വച്ചിരുന്ന രണ്ടുചെമ്പ് പാത്രങ്ങൾ കൂടിയെടുത്താണ് പുറത്തേക്ക് കടന്നത്. കുരിശടിയിൽ ചെന്നിരുന്ന് വീണ്ടും പത്ത് മിനിട്ട് വിശ്രമിക്കുമ്പോൾ എന്റെ ആലോചന മുഴുവനും ആശാൻ പറഞ്ഞതിനെക്കുറിച്ചായി.

“എടാ ജോപ്പൻ കുഞ്ഞേ, അടുത്ത ആഴ്ച്ചേല് നീ ഒരിടത്ത് കേറണം.” ആശാൻ കഴിഞ്ഞ ബുധനാഴ്ച ഉച്ച കഴിഞ്ഞപ്പോൾ, ഉറക്കത്തിൽ നിന്നെണീറ്റ് വന്നാണ് അത് പറഞ്ഞത്. ഞാൻ ജെൻസിയേയും പിള്ളാരേയും വിളിച്ച് നേരമ്പോക്ക് പറഞ്ഞു കൊണ്ടിരിക്കുകയായിരുന്നു അപ്പോൾ.

“ആശാനേ, എന്താണ് കോള്?” ഫോൺ കട്ട് ചെയ്ത് പോക്കറ്റിലിടുന്നതിനിടയ്ക്ക് ഞാൻ ചോദിച്ചു.

“അതൊക്കെ നിനക്ക് അവിടെത്തുമ്പോൾ പിടികിട്ടും. അടയാളം ഓർത്ത് വച്ചോ, കുരിശടീന്ന് വളവ് തിരിയുമ്പോഴുള്ള നാലാമത്തെ വീട്. അവിടെ കിടപ്പറയിൽ ഒരു വലിയ അലമാരയുണ്ട്. അതിൽ ഒരു ചുവന്ന സാരി തൂക്കിയിട്ടിട്ടുണ്ടാകും. എന്തെടുക്കണം, ഏതെടുക്കണമെന്നൊക്കെ അവിടെയെത്തുമ്പോൾ നിനക്ക് പിടികിട്ടും.” ആശാൻ പിന്നെയും കട്ടിലിനരികിലേക്ക് നടന്നു. സ്വാതന്ത്ര്യവുമായി സ്വര ചേർച്ചയില്ലായ്മ വന്ന ശേഷം

ആശാൻ വീടിന് പുറത്തുള്ള കയറ്റ് കട്ടിലുകളിൽ ഒന്നിലാണ് കിടക്കുന്നത്.

അങ്ങനെയിരിക്കുമ്പോൾ ഞാൻ പെട്ടന്ന് ജെൻസിയെ ഓർത്തു. കട്ട് കിട്ടുന്ന മുതല് വച്ചാണ് ജീവിതം മുന്നോട്ട് കൊണ്ട് പോകുന്നതെന്ന് അവൾക്ക് ഇന്നുമറിയില്ല. അറിഞ്ഞാൽ അവൾ വിട്ടിട്ട് പോകുമോ എന്ന പേടിയുള്ളത് കൊണ്ടാണ് എല്ലാം പരമാവധി രഹസ്യമാക്കി വച്ചിരിക്കുന്നത്. ഏതോ വലിയ കമ്പനിയിൽ ജോലി ചെയ്യുകയാണ് ഞാനെന്നാണ് അവളുടെ ധാരണ. ശ്രമിച്ചിരുന്നെങ്കിൽ നല്ലൊരു ജോലിയൊക്കെ കിട്ടിയേനെ. ഫസ്റ്റ് ക്ലാസോടെ ഡിഗ്രി പാസായതാണ്. പക്ഷേ, എളുപ്പത്തിൽ പൈസക്കാരനാകണമെന്ന ആഗ്രഹത്തോടെ ചെന്നെത്തിയതാണ് ആശാന്റെയടുത്ത്. ഇപ്പോൾ ഈ തൊഴിലൊരു ഹരമാണ്. ഇതിൽ നിന്നൊരു തിരിച്ച് പോക്ക് ഇനി സാധ്യമെന്ന് തോന്നുന്നില്ല.

കൃത്യം പത്ത് മിനിറ്റ് കഴിഞ്ഞുവെന്ന് ഉറപ്പായപ്പോൾ ഞാൻ എഴുന്നേറ്റ് കുരിശടിയിൽ നിന്ന് മുന്നിലേക്ക് നടന്നു. ഓരോ വീടും ഒന്ന്, രണ്ട്, മൂന്നെന്ന് എണ്ണി നാലാമത്തേതിന്റെ മതില് ചാടി. അവിടെയൊരു അമ്മ കുഞ്ഞിനെ ഉറക്കുകയായിരുന്നു. കുറച്ചധികം നേരം ഞാൻ കാത്തിരിപ്പ് തുടർന്നു. പാല് കുടിച്ചും താരാട്ട് കേട്ടും കുഞ്ഞ് ഉറങ്ങിയെന്ന് കരുതി അമ്മ ഉറങ്ങാൻ കിടക്കുകയും, ഒന്ന് മയങ്ങിയെത്തുമ്പോൾ കുഞ്ഞ് പിന്നെയും ഉണർന്നെണീറ്റ് കരയുകയും ചെയ്യുന്നത് മൂന്ന് പ്രാവശ്യത്തോളം തുടർന്നു. അമ്മയുടെ കണ്ണുകളിൽ ഉറക്കം വന്ന് കൂടുകൂട്ടിയിരിക്കുന്നത് വ്യക്തമായും കാണാമായിരുന്നു. അവിടത്തെ ഉറക്കം അനിശ്ചിതത്വത്തിൽ ആയതിനാൽ, ഒന്ന് ചുറ്റി വരാമെന്ന് കരുതി സൺഷെയ്ഡ് വഴി നടന്നപ്പോഴാണ് അടുത്ത മുറിയിൽ ഭീമാകാരനായൊരു മനുഷ്യൻ സുഖനിദ്രയിലാണ്ട് കിടക്കുന്നത് കണ്ടത്. ഒരിടത്ത് ഉറക്കം കിട്ടാത്ത കണ്ണുകളുമായി അമ്മയെയും, മറ്റൊരിടത്ത് സുഖനിദ്രയിലാണ്ട് കിടക്കുന്ന അച്ഛനെയും കണ്ടപ്പോൾ ഞാൻ ജെൻസിയെ ഓർത്തു. പിള്ളാർക്ക് വേണ്ടി യാതൊന്നും ചെയ്യാത്തൊരച്ഛനാണ് ഞാനെന്ന് തോന്നിപ്പോയി.

ചിന്തകളുടെ പുറന്തോടിനുള്ളിൽ നിന്ന് എന്തിനാണ് ഇവിടേക്ക് വന്നതെന്ന ബോധം പുറത്തേക്ക് വന്നപ്പോൾ ഞാൻ

രണ്ട് മുറികളിലും അലമാര തിരക്കി കണ്ണുകളയച്ചു. രണ്ടാമത്തെ മുറിയിൽ നിന്ന് വലിയൊരു അലമാര കണ്ടെടുത്തപ്പോൾ വല്ലാതെ സന്തോഷിച്ചു. കടുംനീല നിറത്തിലുള്ള ആ അലമാരയുടെ മുന്നിലെവിടെയും ചുവന്ന നിറത്തിലുള്ള സാരിയില്ലാത്തതിനാൽ നിരാശപ്പെട്ടുകൊണ്ട്, കാർ ഷെഡിൽ വച്ചിരുന്ന ബുള്ളറ്റിൽ നിന്ന് രണ്ട് ഹെൽമറ്റുകളുമെടുത്ത് ഞാൻ അവിടെ നിന്നും ഇറങ്ങി. വാസ്തവം പറഞ്ഞാൽ, ഇപ്പോൾ ഒരു സമാധാനമാണ് തോന്നുന്നത്. കാരണം, ഇനി ബാക്കിയുള്ളത് ഒരേയൊരു വീട് മാത്രമാണ്. ഇടത്ത് നിന്ന് നാലാമത്തെ വീട്! അതുതന്നെയാണ് ആശാൻ പറഞ്ഞ വീടെന്ന് ഉറപ്പിച്ചു കൊണ്ടാണ് ഞാൻ അവസാനവട്ട വിശ്രമത്തിനായി കുരിശടിക്ക് പിന്നിലേക്ക് നടന്നത്.

സമാധാനം മനസ്സിൽ നിറഞ്ഞത് കൊണ്ട് തന്നെ രാത്രിയുടെ കുളിര് എന്നിലേക്ക് വന്ന് നിറഞ്ഞു. ഞാൻ തണുത്തു. ഉള്ളിലിരുന്ന് കുളിരിൽ പുണരുന്ന ഒരാൾ ഉണർന്നുവന്നു. നിലാവിനെ നോക്കി അങ്ങനെ കിടക്കുമ്പോൾ സമയം മൂന്നായി എന്നറിയിച്ച് അടുത്തുള്ള പള്ളിയിലെ വലിയ ഘടികാരം മുഴങ്ങി.

ആ വീട്ടിലേക്ക് കയറുമ്പോൾ, അവിടെ നിന്ന് എടുക്കാൻ ആശാൻ പറഞ്ഞ വില പിടിപ്പുള്ള വസ്തു എന്തെന്നറിയാനുള്ള ആകാംക്ഷയിലായിരുന്നു ഞാൻ. രണ്ട് നിലകളായി പണിത ഒരു പഴയ മോഡൽ തറവാടായിരുന്നു അത്. അതിന്റെ മുകളിലത്തെ നിലയിൽ ഓടാണ് പാകിയിരുന്നത്. ഞാൻ വെളിച്ചത്തിന്റെ ഇലയനക്കമുള്ള മുറിയുടെ മേൽക്കൂരയിൽ ചെന്നിരുന്ന് കാതോർത്തു. അകത്ത് അനക്കങ്ങൾ കേൾക്കുന്നുണ്ട്. അകത്തുള്ളവർ ഉറങ്ങിയിട്ടില്ല. പക്ഷേ, വിശ്രമിക്കാൻ ഇനിയധികം സമയമില്ല. രണ്ട് മണിക്കൂറ് കൂടി കഴിഞ്ഞാൽ പുതിയ ദിവസത്തിന്റെ അകമ്പടിയോടെ പട്ടണം ഉണർന്ന് തുടങ്ങും. അതിനു മുൻപ് ഇവിടുന്ന് ഇറങ്ങിയേ പറ്റൂ. ശബ്ദം കേൾക്കുന്ന സ്ഥലം വച്ച് അളവ് തിട്ടപ്പെടുത്തി, കിഴക്കോട്ട് മാറി ഒരു ഓടിളക്കി നോക്കിയപ്പോൾ അലമാരയുടെ ഒരു ഭാഗം കണ്ടു. മറ്റേയറ്റം കൊണ്ട് മറുവശത്ത് നോക്കിയപ്പോൾ നീണ്ട ചുവപ്പ് പട്ടുസാരിയും കണ്ടു. കട്ടിലിൽ നാല് കാലുകൾ പരസ്പരം കൂട്ടിമുട്ടി കിടക്കുന്നുണ്ട്. തൊഴിൽപരമായി നോക്കുമ്പോൾ അങ്ങോട്ട് കണ്ണിടേണ്ട കാര്യമില്ലാത്തതിനാൽ ഞാൻ ആ സാരിയുടെ

തുമ്പിലേക്ക് തന്നെ നോക്കി ഓടുകൾക്ക് മുകളിൽ പതുങ്ങി യിരുന്നു. നോക്കി നോക്കിയിരിക്കുന്തോറും സാരിയുടെ മു ന്താണിയും കസവുമൊക്കെ എവിടെയോ കണ്ട് പരിചിതമാ യതാണല്ലോ എന്ന് തോന്നിത്തുടങ്ങി. ആ സംശയത്തിൽ നിന്ന് കേറിയാണ് ഞാനവളുടെ കണങ്കാലിലേക്ക് എത്തുന്നത്! അവിടെ ഞാനണിയിച്ച പാദസരം കിടന്ന് കണ്ണ് ചിമ്മുന്നു. ഞാൻ വിറച്ചു കൊണ്ട് വഴുതിയിറങ്ങി. എന്റെ കൈകൾ കോപം കൊണ്ടും, കാലുകൾ വേദന കൊണ്ടും വിറച്ചുകൊണ്ടിരുന്നു. വെറും ട്രൗ സറിൽ ഞാനോടി. മോഷണ മുതലുകൾ എടുത്ത് വച്ച കുരിശ ടിയും, ഷർട്ടും ലുങ്കിയും മാറ്റിയൊളിപ്പിച്ച കുറ്റിക്കാടും കടന്ന് ഞാനോടി. പുലർച്ചെ പത്രക്കെട്ടും കൊണ്ടുവന്ന വാനുകൾ മാറി മാറി ഹോണടിച്ച്, ട്രൗസറിൽ ഓടുന്ന ഭ്രാന്തനെ നോക്കിച്ചിരിച്ചു.

ആശാൻ മോഷ്ടിച്ചു കൊണ്ട് വരാൻ പറഞ്ഞതോ, അവിടെ കാണുന്ന അമൂല്യമായ വസ്തുവോ ഒന്നും തന്നെ ആ നിമിഷ ത്തിൽ എന്റെ ഉള്ളിലുണ്ടായിരുന്നില്ല.

ഞാൻ ഓടിയോടി കിതച്ചും വലിച്ചും ആശാന്റെ അരികി ലെത്തി.

എന്റെ വരവ് പ്രതീക്ഷിച്ചെന്ന പോലെ ആശാൻ കട്ടിലിൽ എഴുന്നേറ്റ് ഇരിക്കുന്നുണ്ടായിരുന്നു.

"അവളെ നീ അവിടെ കണ്ടു, അല്ലേടാ." വെറ്റിലച്ചെല്ലം തുറ ന്ന് ചിറിയൊന്ന് കോട്ടി ചിരിച്ചുകൊണ്ട് ആശാൻ ചോദിച്ചു.

"ആശാനേ..." എനിക്ക് വാക്കുകൾ വരുന്നുണ്ടായിരുന്നില്ല.

"നീ അത് വിട്ടുകളയെടാ. അവളുടെ സ്വഭാവം ഇതൊക്കെ തന്നെയെന്ന് പണ്ടേ അറിഞ്ഞവനാ ഞാൻ. നിന്നെക്കൂടി അറി യിക്കണമെന്നുണ്ടായിരുന്നു. ആ നാലാമത്തെ വീട്ടിലെ ചോന്ന ചേലയിൽ നിന്റെ വിശ്വാസമെന്ന നിധി ഒളിച്ചിരിക്കുന്നുണ്ടെന്നും അത് കണ്ടെടുത്ത് തിരിച്ചുകൊണ്ട് വരണമെന്നുമാണ് ഞാൻ നിന്നോട് പറഞ്ഞത്. കാരണം, എനിക്കറിയാം നീ നിന്റെ ഭാര്യ യേയും കുട്ടികളേയും എത്രമാത്രം സ്നേഹിക്കുന്നുവെന്ന്. നിന്റെ ഭാര്യയോട് നീ അത്രമാത്രം സത്യസന്ധമായി പെരുമാറിയിട്ടും, ഒരുത്തി കാരണം നിന്റെ സ്വഭാവം മാറിയെങ്കിൽ, അവളുടെ യഥാർത്ഥ മുഖം നിന്റെ മുന്നിൽ തുറന്ന് കാണിക്കണമെന്നേ എനിക്കുണ്ടായിരുന്നുള്ളൂ. അവൾ വലയിട്ട നൂറാണുങ്ങളിൽ ഒന്ന് മാത്രമാണ് നീ." ആശാൻ നക്ഷത്രങ്ങൾക്കുമപ്പുറമുള്ള പ്ര

പഞ്ചത്തിലേക്ക് കണ്ണ് നട്ട് മലർന്ന് കിടന്ന് സംസാരിച്ചു.

"അപ്പോൾ, ആശാന്..." ഞാൻ എന്ത് ചോദിക്കണമെന്നറിയാതെ കുറ്റബോധത്താൽ തലകുനിച്ചു.

"ഉം..." ഒന്നമർത്തി മൂളിയശേഷം ആശാൻ കണ്ണുകളടച്ച് ഉറക്കം നടിച്ചു. ഇനിയൊന്നും ചോദിക്കേണ്ടതില്ല എന്നതാണ് അതിനർത്ഥം. ഞാൻ പുഴക്കരയിലേക്ക് നടന്നു.

ആശാൻ വീട്ടിലുള്ള ദിവസങ്ങളിൽ സ്വാതമ്പയുമായി സംഗമിക്കുന്ന അതേയിടത്തിലിരുന്നാണ് ഞാനിപ്പോൾ കണ്ണ് നിറയ്ക്കുന്നത്. ആശാനില്ലാത്തപ്പോൾ, ആശാന്റെ കിടപ്പുമുറിയിൽ സ്വാതമ്പയ്ക്കൊപ്പം എത്രയോ വട്ടം കിടന്നിരിക്കുന്നു. ഇല്ലാത്ത പനികളുണ്ടാക്കി ആശാനൊപ്പം ചെല്ലാതിരുന്ന രാത്രികൾ വേറെയും. ഒന്നും അറിയില്ലെന്ന് കരുതിയ ആശാൻ എല്ലാം അറിഞ്ഞിരിക്കുന്നു എന്നതിനെക്കാൾ ചതിക്കപ്പെട്ടതിന്റെ വേദനയാണ് എന്നെ നോവിക്കുന്നത്.

"ഞാനിപ്പോൾ നിന്റേത് മാത്രമാണ് ജോപ്പാ." ചുവന്ന പട്ടുസാരിയും ചുറ്റി, ആദ്യമായി അരികിൽ വന്നിരുന്ന ദിവസം സ്വാതമ്പ പറഞ്ഞത് എനിക്കിപ്പോഴും ഓർമ്മയുണ്ട്. എന്നെക്കാൾ പത്ത് വയസോളം കൂടുതലുള്ള സ്ത്രീയായിരുന്നിട്ടും മെത്തയിൽ അവർ എനിക്കൊപ്പമുള്ള പാകതയേ കാണിച്ചിരുന്നുള്ളൂ. സ്നേഹമാണെന്ന് തന്നെയാണ് അവർ പലയാവർത്തി പറഞ്ഞിരുന്നത്. ആ സ്നേഹത്തിന്, ഒന്ന് ചേരാൻ കഴിയാത്ത വേദനയെന്ന് കൂടി ഒരിക്കലവർ നിർവചിച്ചു. എന്നിട്ടാണല്ലോ, ഞാനണിയിച്ച പാദസരമിട്ട് അവർ മറ്റൊരുവനൊപ്പം കിടക്കുന്നത്. ചതിക്കപ്പെട്ടതിന്റെ വേവിൽ ഞാൻ വല്ലാതെ എരിയാൻ തുടങ്ങി. ഞാൻ കട്ട മുതലുകളിൽ പാതിയും സ്നേഹോപഹാരമായി വാങ്ങിച്ചെടുത്ത അവരുടെയുള്ളിലെ ആർത്തിയുടെ കനലുകളിൽ ചവിട്ടി ഞാൻ ആളാൻ തുടങ്ങിയപ്പോഴാണ് അവിടെ നിന്നിറങ്ങാൻ തീരുമാനിച്ചത്. ആശാനോട് ഒന്നും പറയാൻ തോന്നിയില്ല. കുറച്ചുനാൾ ഒറ്റയ്ക്ക് ചിലയിടങ്ങളിൽ കയറി കക്കാനൊക്കെ നോക്കിയെങ്കിലും, ഇടത്ത് നിന്നുള്ള നാലാമത്തെ വീടിന്റെ മേൽക്കൂരയിൽ കയറിയിരുന്ന് ഓട് ഇളക്കിയെടുത്തപ്പോൾ കണ്ട നഗ്നപാദങ്ങളുടെ നൃത്തം ഓരോ മോഷണശ്രമത്തിലും പിന്തുടരുകയും, അപ്പോഴെല്ലാം മേൽക്കൂരകളിൽ നിന്ന് വഴുതി താഴേക്ക് വീഴാൻ തുടങ്ങുകയും ചെയ്തപ്പോൾ

പിടിക്കപ്പെടുന്നതിന് മുൻപ് ഈ തൊഴിൽ നിർത്താൻ തീരുമാനിക്കുകയായിരുന്നു.

ഒടുവിൽ ഞാൻ ജെൻസിയുടെ അരികിലേക്ക് തിരിച്ചെത്തിച്ചേർന്നു. അവളുടെ മടിത്തട്ടെനിക്കൊരു കുമ്പസാരക്കൂടായി. പൂർണമായും പഴയ ജീവിതം ഉപേക്ഷിച്ച ഞാൻ രണ്ട് പുലരി വെളുക്കുവോളം അവളോട് കുമ്പസരിച്ചു. അവളുടെ കൈവെള്ളയിൽ കിടന്ന് കണ്ണീർവാർക്കുമ്പോൾ ഞാനറിയാതെ പറഞ്ഞുപോയി,

"എത്ര വലിയ കള്ളനായാലും കലർപ്പില്ലാത്ത സ്നേഹം കിട്ടണം. അതും സത്യസന്ധതയുള്ളത് തന്നെ വേണം. സ്നേഹത്തിൽ വഞ്ചിക്കപ്പെടുന്നതിലും വലിയ നോവ് മരണത്തിന് പോലും നൽകാനാകുകില്ല."

"പണം കൊണ്ട് മൂടിയ തൊട്ടിലിട്ടാലും,
സ്നേഹത്തിൻ ചാക്കുകൾ കിട്ടുകില്ല!
മണമില്ലാ, ഗുണമില്ലാ പൂക്കൾ പോലും
കണ്ണാടി നോക്കണം; ചിരി നൽകണം!"

അമാവാസിയിലെ ഒറ്റ നക്ഷത്രം

ഉമ്മൻ ചാണ്ടി മരിച്ചതിന്റെ പിറ്റേന്ന്!

അന്നാണ് ഞാൻ വീട്ടിലേക്ക് പുറപ്പെടുന്നത്. എയർപോർട്ടിലേക്ക് പോകുന്നവഴിക്ക് ഞാൻ എണ്ണി നോക്കി, വരുന്ന ഓണത്തിന് എട്ടുവർഷം തികയും നാട്ടിലേക്ക് പോയിട്ട്.

കാറിലിരിക്കുമ്പോൾ, സ്ക്രോൾ ചെയ്ത് കൊണ്ടിരുന്ന ന്യൂസിൽ മുഴുവൻ ഉമ്മൻ ചാണ്ടി നിറഞ്ഞ് നിൽക്കുകയായിരുന്നു. ഞാൻ പുറത്തേക്ക് നോക്കി. ഇപ്പോൾ എന്റെ മനസിലേക്ക് ഇതൊന്നും കയറുന്നില്ല. രാവിലെ വീട്ടിലെത്തി, അമ്മയുടെ മാമ്പഴപ്പുളിശ്ശേരിയും, മുളകിട്ട് വച്ച മീൻ കറിയും കഴിക്കണം. അതേ മനസിലുള്ളൂ. ഓർത്തോർത്തിരിക്കുമ്പോൾ ഉറങ്ങിപ്പോയി. എപ്പോഴാണെന്നൊന്നും ഓർമയില്ല. ഓർമയിൽ ആകെയുള്ളത്, പോരുമ്പോൾ നിറഞ്ഞ കണ്ണുകളോടെ കൈ വീശിയ അമ്മയുടെ മുഖം മാത്രമാണ്.

"അണ്ണാ..." ഡ്രൈവർ സീറ്റിലിരിക്കുകയായിരുന്ന തമിഴ്നാട്ടുകാരൻ പയ്യൻ തട്ടി വിളിച്ചപ്പോഴാണ് ഞാൻ ഉണർന്നത്.

ഞാൻ ചിരിച്ചു. ലഗേജ് എടുത്ത് വയ്ക്കുമ്പോൾ അവൻ ചോദിച്ചു,

“നീങ്ക ഊരുക്ക് പോയി എവളോ നാളാച്ച്?”

ഞാൻ മറുപടി ഒന്നും പറഞ്ഞില്ല. ഒന്ന് ചിരിച്ചതേയുള്ളൂ. ഇന്നത്തെ ദിവസം എനിക്ക് ആരോടും ഒന്നും സംസാരിക്കാനില്ല. കഥകളും കിനാവുകളുമില്ല. മരുഭൂമിയിൽ എത്തിയതിന് ശേഷമുള്ള ആദ്യ മടക്കമാണ്. പോരുന്ന സമയത്തുള്ള എന്റെ നാടിനേയും നാട്ടുകാരേയും ഞാൻ സങ്കൽപ്പിച്ചു നോക്കി. കുറേ പേരൊക്കെ അവ്യക്തമായ ചിത്രങ്ങളായി കഴിഞ്ഞിരുന്നു.

പലതും ആലോചിച്ചു ലോഞ്ചിൽ ഇരിക്കുന്ന സമയത്താണ് അയാളുടെ കണ്ണുകൾ കുറെയേറെ നേരമായി എന്റെ മുഖത്തിന് നേരെ തന്നെ വലയം ചെയ്യുകയാണെന്ന് ഞാൻ അറിഞ്ഞത്. ഞാൻ അയാളെ നോക്കി വെറുതെ ചിരിച്ചു. എനിക്കിന്ന് എല്ലാവരേയും നോക്കി വെറുതെ ചിരിക്കുവാനാണ് തോന്നുന്നത്. അയാൾ വേഗത്തിൽ അടുത്ത് വന്ന് എന്നോട് ചോദിച്ചു,

“വറീതല്ലേ?” അതെനിക്ക് അപ്രതീക്ഷിതമായിരുന്നു. ഞാൻ കണ്ണ് മിഴിച്ചു കൊണ്ട് പറഞ്ഞു.

“അല്ല.”

അയാളുടെ കണ്ണുകൾ നിരാശയോടെ കൂമ്പിയടയുന്നത് ഞാൻ കണ്ടു. അയാൾ സ്വയം പിറുപിറുത്തു.

“വറീത് വന്നില്ല അല്ലേ? അവൻ പൈസ കൊണ്ട് വരില്ലേ?” ഞാനത് കേൾക്കാത്തത് പോലെയിരുന്നു.

വീണ്ടുമൊരു യാദൃച്ഛികതയുണ്ടായത് ഫ്ലൈറ്റിൽ കയറിയപ്പോഴാണ്. അയാൾ എന്റെ തൊട്ടടുത്തിരിക്കുന്നു. ഞാൻ അയാളെ നോക്കി ചിരിച്ചു. മറുചിരി അയാളിൽ നിന്നുണ്ടായില്ല. ഏറെ നേരത്തെ നിശബ്ദതയ്ക്ക് ശേഷം അയാൾ എന്നോട് ചോദിച്ചു.

“നാട്ടിലെവിടെയാ?”

“തൃശൂർ” ഞാൻ മറുപടി പറഞ്ഞു. പിന്നെ കുറെനേരം അയാൾ വിശേഷങ്ങൾ ചോദിച്ചു കൊണ്ടേയിരുന്നു. വീട്ടിൽ ആരൊക്കെയുണ്ടെന്നും, കല്യാണമൊക്കെ കഴിച്ചതാണോയെന്നും, എത്ര കൊല്ലമായി മരുഭൂമിയിൽ കയറിക്കൂടിയിട്ടെന്നുമൊക്കെ അയാൾ ചോദിച്ചു കൊണ്ടേയിരുന്നു.

മരുഭൂമിയിലെത്തിയ കണക്ക് പറയുമ്പോഴാണ് ഞാൻ അ

യാളോട് ആദ്യമായി തിരിച്ചൊരു ചോദ്യം ചോദിച്ചത്.

"ഇവിടെ എത്ര കൊല്ലമായി?"

അയാൾ നരച്ച താടിയിൽ ഒന്ന് തടവിയ ശേഷം പറഞ്ഞു,

"നാൽപ്പത്തിയഞ്ച് കൊല്ലം."

പെട്ടന്നൊരു നെടുവീർപ്പുയർന്നത് എന്നിൽ നിന്നാണ്. ഇത്രയും കാലമോയെന്ന് ഞാൻ ആശ്ചര്യപ്പെട്ട് പോയി.

അയാൾ തന്റെ കഥ പറഞ്ഞു തുടങ്ങിയത് അപ്പോൾ മുതൽക്കാണ്.

"എഴുപത്തഞ്ചിൽ ഒരു പെണ്ണിനെ വിളിച്ചോണ്ട് പോന്നു. എഴുപത്തെട്ടിൽ കുട്ടിക്ക് ഒന്നര വയസുള്ളപ്പോൾ കപ്പല് കേറിയതാണ്. കുറെ കടങ്ങളുണ്ടായിരുന്നു, ആദ്യത്തെ കുട്ടിയുടെ ഇരുപത്തെട്ടും വീടിന്റെ പാലുകാച്ചും ഒക്കെ കഴിഞ്ഞ് അടുത്ത ലീവിന് വന്ന് പോയപ്പോൾ അവള് വീണ്ടും ഗർഭിണിയായി. പിന്നെ പ്രസവം അതിന്റെ ചെലവ്. അങ്ങനെ അങ്ങനെ മൂന്നാമത്തെ കുട്ടിയായപ്പോൾ പ്രസവം നിർത്തിച്ചു. രണ്ട് ആണും ഒരു പെണ്ണും. പിന്നെ അവരുടെ പഠനം, മോളുടെ കല്യാണം ഒക്കെ കഴിഞ്ഞ് വന്നപ്പോൾ കൊല്ലം കുറേയായി. ഒടുക്കം, ബാക്കിയുള്ള സമ്പാദ്യം ഒക്കെ കൂടി നുള്ളിപ്പെറുക്കിയെടുത്ത് അവളോട് ഒരു പതിനഞ്ച് പവന്റെ സ്വർണം വാങ്ങി വയ്ക്കാൻ പറഞ്ഞു. ഒന്ന് രണ്ട് കൊല്ലം കഴിഞ്ഞ് അതൊക്കെ വിറ്റ് പെറുക്കി ചെറിയൊരു കടയൊക്കെ ഇട്ട് നാട്ടിൽ കൂടാമെന്നാ കരുതിയത്. അങ്ങനെ ഞാൻ നാട്ടിലോട്ട്, നിർത്തി വരുവാന്ന് വിളിച്ച് പറഞ്ഞതിന്റെ അടുത്തദിവസം എനിക്ക് വീട്ടീന്ന്, എന്ന് പറഞ്ഞാ എന്റെ പെങ്ങളുടെ വീട്ടീന്ന് ഒരു ഫോണ് വന്നു. നിന്റെ ഓള് ഒരുത്തന്റോടെ പോയെടാ എന്നേ അവൾ പറഞ്ഞുള്ളൂ. ഞാൻ തകർന്ന് പോയി. പിന്നൊരു ഫോട്ടോയിലാണ് എന്റെ ആകെയുള്ള സമ്പാദ്യമായ പതിനഞ്ചുപവന്റെ മാല അവളുടെ കഴുത്തിൽ ഞാന്ന് കിടക്കുന്നത് കണ്ടത്. എന്റെ ജീവിതവും സമ്പാദ്യവും എല്ലാം അവള് കൊണ്ട് പോയല്ലോ എന്നോർത്തപ്പോഴാണ് ഞാൻ തകർന്ന് പോയത്. പിന്നെയും ഈ മരുഭൂമിയിൽ തന്നെ കിടന്ന് പണിയെടുത്തു. നാലഞ്ച് കൊല്ലം കഴിഞ്ഞാണ് ഞാൻ നാട്ടിലേക്ക് പിന്നെയും പോയത്. ആരുടേയും ചോദ്യങ്ങൾക്ക്

ഉത്തരം പറയാൻ വയ്യാത്തത് കൊണ്ട് തന്നെയാണ് അങ്ങനെ ചെയ്തത്. പക്ഷേ, ഞാൻ അവിടെയെത്തി പന്ത്രണ്ട് ദിവസം കഴിഞ്ഞപ്പോൾ എന്നെ കാണാൻ ഒരാളെത്തി." അയാൾ ഒന്ന് നിർത്തി. ഞാൻ അയാളെ ആകാംക്ഷയോടെ നോക്കി.

"അത് അവളായിരുന്നു. എന്നെയും കളഞ്ഞിട്ട് എന്റെ സ്വർണവും കൊണ്ട് മുങ്ങിയ എന്റെ ഭാര്യ." അയാൾ വീണ്ടും കഥയിലേക്കിറങ്ങി.

"അവളുടെ മുഖമാകെ മാറിയിരുന്നു. മുടിയൊക്കെ കൊഴിഞ്ഞിട്ട്... എന്റെ ദേഷ്യമൊക്കെ ആവിയായി പോയി. ഞാൻ അവളോട് അകത്തേക്ക് കയറാൻ പറഞ്ഞു. ഞാനുണ്ടാക്കിയ പൊടിയരിക്കഞ്ഞി ഒരു ചെറിയ പാത്രത്തിലൊഴിച്ച് അവൾക്ക് നേരെ നീട്ടി. അത്രയും ആർത്തിയോടെ അവൾ ആഹാരം കഴിക്കുന്നത് ഞാൻ ജീവിതത്തിൽ കണ്ടിട്ടില്ല. അവളുടെ ദേഹത്ത് ഒരു തരി പൊന്നുണ്ടായിരുന്നില്ല. ഉടുത്തിരുന്ന സാരി തന്നെ ആകെ പിഞ്ഞി വലിഞ്ഞു കീറിയതായിരുന്നു. ഏറെ നേരത്തിനു ശേഷമാണ് അവൾക്ക് കാൻസറാണെന്ന് അറിഞ്ഞപ്പോൾ മറ്റവൻ കളഞ്ഞിട്ട് പോയ കഥയൊക്കെ പറയുന്നത്. സത്യത്തിൽ എന്റെ കണ്ണ് നിറഞ്ഞു പോയി. ഞാൻ അവളുടെ ചെലവുകളെല്ലാം ഏറ്റെടുത്തു. നല്ല ആശുപത്രിയിൽ ചികിത്സിച്ചു. എന്റെ വീട്ടിൽ തന്നെ താമസിപ്പിച്ചു. പക്ഷേ, പാവം മരിച്ചു പോയി. മരിക്കണേന് തലേന്ന് വിളിച്ചിരുന്നു. ഒരുപാടുനേരം സംസാരിച്ചു. ഒടുവിൽ, ഇളയ കുട്ടി നിങ്ങടെയല്ലെന്ന് പറഞ്ഞ് കരഞ്ഞ് ക്ഷമ ചോദിച്ചു. എന്റെ മറുപടിയൊന്നും കേൾക്കാൻ നിൽക്കാതെ ഫോൺ വച്ചു. രാവിലെ മരിച്ചെന്ന് മോൻ വിളിച്ചു പറഞ്ഞു. ഒരു മനുഷ്യനെന്ന നിലയിൽ ഞാനെത്ര പരാജയമെന്ന് തോന്നിപ്പോയി. അടക്കത്തിന് ഞാൻ ചെന്നില്ല. കാര്യവും ആരോടും പറഞ്ഞില്ല. അമ്മയോട് ഇത്രയും വെറുപ്പും വച്ചോണ്ടാണോ ഇവിടെ കയറ്റി താമസിപ്പിച്ചതെന്ന് മക്കൾ ദേഷ്യപ്പെട്ടു. പിന്നെ മക്കളും പതിയെ അകലാൻ തുടങ്ങി. അവരുടെ സ്നേഹത്തിന് വേണ്ടി ആകെയുള്ള വീടും എഴുതി കൊടുത്തു. ഇപ്പോൾ നാട്ടിലേക്ക് വരുന്നെന്ന് പറഞ്ഞപ്പോൾ ഇങ്ങോട്ട് വരേണ്ട കാര്യമില്ലെന്നാണ് മക്കൾ മൂന്നും പറഞ്ഞത്. എങ്ങോട്ട് പോകണമെന്ന് എനിക്കറിയില്ല. നിന്ന നിൽപ്പിൽ ഞാൻ പോകാനൊരു ഇടമില്ലാത്തവനായി." ആ മനുഷ്യന്റെ കണ്ണുകളിൽ

ഒരു ജലാശയം ആർത്തിരമ്പുന്നത് ഞാൻ കണ്ടു.

പുലർച്ചെ, ഫ്ലൈറ്റ് ഇറങ്ങി വീട്ടിലേക്കുള്ള കാറിൽ ഇരിക്കുമ്പോൾ ഞാൻ ആ മനുഷ്യനെ ഓർത്തതേയില്ല. അമ്മയുടെ മടിത്തട്ടിൽ ഞാൻ വീണ് കിടന്ന് മയങ്ങി. കാലങ്ങളായുള്ള ഉറക്കം എന്നിൽ വന്ന് കൂട് കൂട്ടി മുട്ടയിടുന്നത് പോലെയാണ് എനിക്ക് തോന്നിയത്. പിറ്റേന്ന് കാലത്താണ് പെട്ടന്ന് ഞാനയാളെ ഓർത്തത്. ഓടിപ്പോയി പത്രമെടുത്ത് അതിന്റെ ചരമ പേജ് മറിച്ച് നോക്കി. ഒടുവിലത്തെയാളുടെ മുഖവും നോക്കിയ ശേഷം, അയാളുടെ മുന്നിൽ ആത്മഹത്യയെന്ന വഴി മാത്രമേ അവശേഷിക്കുന്നുള്ളൂ എന്ന് ചിന്തിച്ചതിന് സ്വയം പഴിച്ച് ഞാൻ പത്രം മടക്കി. അപ്പോഴാണ് അമ്മ വിളിച്ചത്.

“കണ്ണാ, നീ വന്ന ഫ്ലൈറ്റിന്റെ പേര് എയർ ഇന്ത്യ എന്ന് തന്നെയല്ലേ?” അമ്മ വാർത്താചാനലിന്റെ ഒച്ച കുറച്ച് വച്ച് ചോദിച്ചു.

ഞാൻ അമ്മയുടെ അടുത്തേക്കുനടന്നു. അപ്പോഴാണ് ടെലിവിഷനിൽ ഞാനയാളുടെ മുഖം കാണുന്നത്. സ്ക്രോൾ ചെയ്യപ്പെടുന്ന ഹെഡ് ലൈനുകളിലേക്ക് എന്റെ കണ്ണുകൾ അറിയാതെ സഞ്ചരിച്ചു.

‘മലദ്വാരത്തിലൂടെ സ്വർണം കടത്താൻ ശ്രമിച്ച അറുപത്തിയഞ്ചുകാരൻ പിടിയിൽ’ എന്ന് അവയിൽ എഴുതപ്പെട്ടിരുന്നു. അത് കണ്ട് കവിൾത്തടം നനഞ്ഞു തുടങ്ങിയപ്പോഴാണ് അയാൾ ഇടയിലെപ്പോഴോ പറഞ്ഞ വാചകങ്ങൾ ഞാനോർത്തത്.

“വറീത് കുറച്ച് പൈസ തരാമെന്ന് പറഞ്ഞിരുന്നു. മോളുടെ കൊച്ചിനേ എംബിബിഎസ് പഠിക്കണംന്ന്. കുറച്ചു പൈസ കൊടുത്തില്ലെങ്കിൽ മരുമോൻ കെറുവിക്കുമെന്ന് മോള് വിളിച്ച് പറഞ്ഞായിരുന്നു. വറീത് പൈസയും കൊണ്ട് വന്നില്ല. എങ്ങനെയെങ്കിലും ഒപ്പിക്കണം. പൈസ കൊടുത്താലെങ്കിലും മക്കള് സ്നേഹിക്കുമായിരിക്കുമല്ലേ?”

ഒക്കെയുമോർത്ത് ഉറക്കം വരാതെ കിടന്നപ്പോൾ ഞാൻ ഡയറിയെടുത്ത് കുറിച്ചിട്ടു. “എത്ര വേഗത്തിലാണ് ഓരോ മനുഷ്യനും അവനല്ലാതായി മാറുന്നത്!”

"ശാന്തത കിട്ടുവാൻ കണ്ണടച്ചാൽ
അശാന്തി, പുൽകുവാനോടിയെത്തും!
മോക്ഷം കടാക്ഷിച്ച് മൗനിയായാൽ,
മോചനമില്ലാതലഞ്ഞ് പോകും!"

ഐ വിറ്റ്നസ്

ജോലി കഴിഞ്ഞിറങ്ങിയപ്പോൾ സമയം പതിവിലുമധികം വൈകിയിരുന്നു. നൈറ്റ് ഡ്യൂട്ടിയിലുള്ള ഗോപാൽ ശർമ്മ അഞ്ച് തവണ മിസ് കോൾ ചെയ്തിരിക്കുന്നത് കണ്ട് തിരിച്ച് വിളിച്ചപ്പോൾ ലാസ്റ്റ് ബസ് മുന്നിൽ നിർത്തിക്കഴിഞ്ഞിരുന്നു.

''ഭയ്യാ..'' മറുപുറത്ത് ഗോപാൽ ശർമ്മ തിടുക്കത്തിൽ സംസാരിക്കുകയാണ്.

എന്താണ് കാര്യമെന്ന് ചെവിയോർത്ത് കേട്ടു. അധികമൊന്നുമില്ല. അയാളുടെ വീട്ടിൽ കഴിഞ്ഞ മൂന്ന് മണിക്കൂറായി കറണ്ടില്ല. വീട്ടിൽ ഭാര്യ തനിച്ചേയുള്ളൂ. പോകുന്നവഴിക്ക് ഒന്നവിടെ കയറണം. എന്താണ് പ്രശ്നമെന്നറിയണം. പരിഹരിക്കാവുന്നതാണെങ്കിൽ സഹായിക്കണം. ഗോപാൽ എങ്ങനെയൊക്കെയോ മുറി മലയാളത്തിൽ പറഞ്ഞൊപ്പിച്ചു.

ഗോപാലിന്റെ വീട്ടിലേക്ക് പോകണമെങ്കിൽ ഒരു ബസ് കൂടെ കയറണം. അതിന് സ്റ്റാൻഡ് വരെ പിന്നെയും പോകണം. അങ്ങനെ പോയാൽ, വീണ്ടുമൊരു ഒന്നര മണിക്കൂർ വൈകും. അടുത്തൊരു ഷോട്ട് കട്ട് ഉണ്ട്. അവിടെ ഇറങ്ങി നടന്ന് പോകാൻ തീരുമാനിച്ചു.

ഗോപാലിന്റെ വീട്ടിലെത്തിയപ്പോൾ പത്ത് മണിയോടടുത്തിരുന്നു. സംഭവം ഫ്യൂസ് പോയതാണ്. പെട്ടന്ന് തന്നെ ശരിയാക്കി. വെളിച്ചം വീണപ്പോൾ ആ സ്ത്രീയുടെ കണ്ണുകൾ തിളങ്ങി. ചിരിച്ചുകൊണ്ട് അവിടെ നിന്നിറങ്ങി ബസ് സ്റ്റോപ്പിലേക്ക് നടന്നു. നന്നേ വെളിച്ചം കുറഞ്ഞ ഇടവഴികൾ കടന്നാണ് പോകേണ്ടത്. കുറച്ചപ്പുറം എത്തിയപ്പോൾ ചില ശബ്ദങ്ങൾ കേട്ടാണ് ഒന്ന് തിരിഞ്ഞു നിന്നത്.

ഒരു വാൻ. അതിൽ നിന്ന് ചാടിയിറങ്ങിയ നാലഞ്ചു പേർ. അവർ പിടിച്ചു നിർത്തിയ ഒരു മധ്യവയസ്കൻ.

എന്താണ് സംഭവിക്കുന്നതെന്നറിയാൻ പ്രയാസപ്പെട്ടു. അക്കൂട്ടത്തിലൊരാൾ കത്തിയെടുത്ത നിമിഷത്തിൽ, മുന്നിൽ കണ്ട പടുകൂറ്റൻ മാവിന് പിന്നിലൊളിച്ച് ശ്വാസം വലിച്ച് വിട്ടു.

കൊലപാതകം!

പേടികൊണ്ട് കാലുകൾ വിറയ്ക്കുന്നുണ്ടായിരുന്നു. ചുറ്റിലും നോക്കി. ഇല്ല, വേറെ ആരുമില്ല. ആരും കാണുന്നില്ല.

സാക്ഷി!

ഒരേയൊരു സാക്ഷി!

നാലഞ്ചുപേർ ചേർന്ന് ഒരാളെ കുത്തിക്കൊല്ലുകയാണ്. നെഞ്ചിടിപ്പ് കൂടുന്നു. കൊല്ലപ്പെടുന്ന മനുഷ്യന്റെ കൈയിൽ നിന്ന് ഒരു കവറ് വഴുതി താഴെവീണു. അതിൽ നിന്ന് പിടച്ച് പിടച്ച് നാല് പഴംപൊരികൾ വാഴയില തുറന്നു പുറത്തു ചാടി. കുട്ടികളുടെ കളർ ബോക്സും ഒരു കാർട്ടൂൺ ബുക്കും ആരെയെന്നറിയാതെ മേലോട്ട് നോക്കി വാ പൊളിച്ച് കിടന്നു.

ഓർക്കാൻ വയ്യ!

എന്തിനാണ് ഇന്ന് ഈ വഴി വന്നത് എന്നതോർത്ത് സ്വയം പഴിച്ചു പലവട്ടം. വിധിയുടെ മറവിൽ മുഖം താഴ്ത്തി, നിശബ്ദമായി കരയുകയേ നിവർത്തിയുണ്ടായിരുന്നുള്ളൂ. സമനില തിരിച്ചു കിട്ടിയ ചെറിയ ഇടവേളയിൽ മൊബൈൽ എടുത്ത് കാമറ ഓൺ ചെയ്ത് വച്ചു. അഞ്ച് സെക്കന്റിൽ കൂടുതലില്ലാത്ത ആ വീഡിയോയുമെടുത്ത് പിന്നിലേക്ക് നടക്കുമ്പോൾ, മഞ്ഞ പഴംപൊരികൾ നിലത്ത് കിടന്ന് നോക്കി പരിഹാസത്തോടെ ചിരിക്കുന്നത് ചെവിയിൽ മുഴങ്ങുന്നുണ്ടായിരുന്നു.

എത്ര ദിവസമാണ് ആരോടും ഒന്നും മിണ്ടാതെ നടന്നതെന്ന് അറിയില്ല.

സാക്ഷ്യം പറയുന്നതും കോടതി കയറിയിറങ്ങുന്നതും ഓർത്ത് നോക്കി. അതിനിടയ്ക്ക് നാലഞ്ചുപേർ വന്ന് തലങ്ങും വിലങ്ങും വെട്ടി, കുണ്ടന്നൂർ പാലത്തിനു മുകളിൽ നിന്ന് താഴോട്ടോ, കായംകുളം റെയിൽവേ ട്രാക്കിൽ നിന്ന് മുന്നോട്ടോ വലിച്ചെറിയുന്ന സ്വന്തം ശരീരത്തെയോർത്ത് സഹതപിച്ചു കൊണ്ട്, ഉമിനീര് പോലും താഴോട്ടിറക്കാതെ മണിക്കൂറുകൾ ഇരുന്നു പോയി.

മനസൊന്ന് തണുപ്പിക്കാൻ ഒരു ചായ കുടിക്കണമെന്ന് കരുതി. ചൂട് ചായ ഊതിയൂതി തണുപ്പിക്കുമ്പോൾ ആവി പോകും പോലെ മറവി വന്ന് ആവേശിച്ച് എല്ലാം മനസ്സിൽ നിന്ന് മായ്ച്ചു കൊണ്ട് പോകണമേയെന്ന് വെറുതെ ആഗ്രഹിച്ചു. പക്ഷേ, ചായക്കടയിലാകട്ടെ, കണ്ണാടിക്കൂട്ടിൽ കിടന്ന പഴംപൊരി പ്രേതം കണക്കെ ചിരിച്ച് പേടിപ്പിച്ചു. പിന്നെ, പിടച്ചു പിടച്ച് ചാടിയ നാല് പഴംപൊരികളും, വൈകിട്ട് ഒന്നിച്ചിരുന്ന് ചായ കുടിക്കുമായിരുന്നൊരമ്മയും രണ്ട് മക്കളും അവരുടെ അച്ഛനും, ഒരു നിമിഷം പോലും ബാക്കിയിടാതെ ഓർമ്മയിലേക്ക് ഇടിച്ച് കയറുകയാണ് ചെയ്തത്.

ചായക്കടയിൽ നിന്നിറങ്ങി വീട്ടിൽ പോയി മുറി പൂട്ടി കുറച്ചുനേരം കിടന്നപ്പോഴും, നാലുപേരുള്ള ഒരു കുടുംബത്തിന്റെ ചായനേരം സ്വപ്നം പോലെ കണ്ണുകളിൽ തെളിഞ്ഞു കൊണ്ടിരുന്നു. ഒടുവിൽ കെട്ട് കെട്ട് കേടാകുന്ന മെഴുതിരിയാവാതിരിക്കാനാണ് മൊബൈൽ എടുത്തത്. അതിൽ മുഴുവൻ ഒരു അമ്മയും രണ്ട് മക്കളും കരഞ്ഞു പിടയുന്നു. പുതിയ ഹാഷ്ടാഗിലേക്ക് ആരോ ഒരാൾ കൂടെ കയറി വന്നിരിക്കുന്നു. ടിവിയുടെ അടുത്തേക്ക് ചെന്ന് വാർത്ത വച്ചപ്പോഴും അതേ അമ്മയും രണ്ടു കുട്ടികളും കരഞ്ഞു തളർന്നു കിടക്കുന്നു. കൊട്ടേഷൻ സംഘം ആളുമാറി കൊന്ന ഒരു മനുഷ്യന്റെ ശരീരം ചോരവാർന്ന് കിടക്കുന്നത് ക്യാമറാക്കണ്ണുകൾ ക്ലോസപ്പിൽ കാണിച്ചു കൊണ്ടിരുന്നു.

പക്ഷേ, കണ്ണിൽ പതിഞ്ഞത് അതൊന്നുമല്ല. ചോര തളം കെട്ടിയതിനടുത്തായി, തണുത്ത് മരവിച്ചു കിടക്കുന്ന നാലു പഴംപൊരികൾ! അവയാണ്, മറവി വരം കിട്ടണേയെന്ന് മുട്ടു

കാലിൽ നിന്ന് പ്രാർത്ഥിക്കുന്നവന്റെ കണ്ണുകളിലൂടെ കയറി ഞരമ്പുകളെ വലിച്ചു മുറുക്കിയത്.

നേര് പറയാൻ ചെന്നാൽ, നേരെ വിടാത്ത ലോകത്തിന് സാക്ഷ്യം പറയുന്നതിലും ഭേദം ഓർമ്മകളില്ലാത്ത ജീവച്ഛവമാകുകയാണ് എന്ന് പിറുപിറുത്തത്, നാല് ചുമരുകൾക്കുള്ളിൽ ഒതുങ്ങി. പലവട്ടം ആലോചിച്ചു നോക്കിയ ശേഷമാണ് അന്ന് മൊബൈലിൽ എടുത്ത വീഡിയോ തുറന്നത്. കൊലപാതകികളെ ഏത് ഇരുട്ടിലും കണ്ടാൽ അറിയും. ഏത് മുഖംമൂടിയണിഞ്ഞാലും അവരുടെ കണ്ണുകൾ തിരിച്ചറിയും. പക്ഷേ, സ്റ്റേഷനിൽ പോയാൽ അടുത്ത പുലരിയിൽ ഉണരാൻ ബാക്കിയുണ്ടാകില്ലെന്നുറപ്പാണ്.

ഇല്ല! സാക്ഷ്യം പറയാൻ വയ്യ. അതിന്റെ പിന്നാലെ അലഞ്ഞ് ജീവിതം ഹോമിക്കാൻ വയ്യ. ആരെങ്കിലും അറിഞ്ഞാൽ പറയുമായിരിക്കും മരിച്ചു പോയ ഒരു പാവത്തിനോട് കാണിക്കുന്ന നീതികേടാണെന്ന്. അതിനും മാത്രം മരിച്ചത് എന്റെ ആരാണ്. ആരുമല്ല!

ആരുമല്ലാത്തൊരാൾക്ക് വേണ്ടി ജീവനും ജീവിതവും നഷ്ടപ്പെടുത്താൻ വയ്യ. സമാധാനമല്ലേ മനുഷ്യന് വലുത്; ജീവിച്ചിരിക്കുക എന്നതിലും വലുത്! മനപ്പൂർവം മറന്ന് കളയാനാഗ്രഹിക്കുന്ന ആ ദുഃസ്വപ്നത്തിന്റെ ചെകിടത്ത് ഇത് കൂടി ചെന്ന് ചേരട്ടെ എന്ന് മനസ്സിൽ പലവട്ടം ഉരുവിട്ട് കൊണ്ട് ആ വീഡിയോയുടെ താഴെയുള്ള ഡിലീറ്റ് ബട്ടണിൽ കൈകളമർത്തി.

ഇനിയെങ്കിലും മനസ്സിൽ നിന്ന് എല്ലാം മാഞ്ഞ് പോകുമോ? അതോ പൂർവ്വാധികം ശക്തിയോടെ മടങ്ങി വന്ന് പഴംപൊരികൾ അവയുടെ കോമ്പല്ലുകൾ കാണിക്കുമോ? നേരത്തോട് നേരം കഴിഞ്ഞാലേ അറിയാനൊക്കൂ!

"കപട ലോകമേ,
നിന്റെ നെറുകയിൽ
ആഞ്ഞടിക്കാനുണരും,
ചോര കൊണ്ടുണങ്ങിയ
മുറിപ്പാടിൻ നോവുകൾ!"

കഴുത്തറുപ്പ്

തോട്ടേപ്പടി ജങ്ഷനിൽ ബസിറങ്ങി അവൻ കിഴക്കോട്ട് നടന്നു. വീണ്ടും വീണ്ടും ആ വീട്ടിലേക്ക് തന്നെയാണ് അവന്റെ പോക്ക്. എത്ര വേണ്ടെന്ന് വച്ചാലും അവിടേക്ക് പോകാതിരിക്കാൻ മനസനുവദിക്കില്ല. തോമാച്ചായൻ കാത്തു നിൽക്കുകയല്ലേയെന്ന് മനസ്സിങ്ങനെ ചോദിച്ചുകൊണ്ടിരിക്കും. പിന്നെ കാലുകൾക്ക് വേഗമേറും.

“പൊന്ന് മോനേ... നീ ഈ അച്ചായനോട് ക്ഷമിക്ക്” അയാൾ ഓരോ തവണയും തൊണ്ട പൊട്ടിച്ചു കൊണ്ട് പറയും. അവന്റെ ഹൃദയം വെറും കല്ലാണെന്ന് തോട്ടേപ്പടിയിലെ സകലരും പറഞ്ഞാലും അങ്ങനെയല്ലെന്ന് അറിയാവുന്ന ഒരേയൊരാൾ അയാളാണ്.

ഇന്ന് വരുന്ന കാര്യം അവൻ എഴുതിയിരുന്നു.

“കഴിഞ്ഞ കൊല്ലം തറവാട്ടിൽ കുറച്ചാവശ്യങ്ങൾ ഉണ്ടായത് കാരണം കാർ വിറ്റു. അല്ലെങ്കിൽ കുഞ്ഞിനെ വിളിക്കാൻ തോമാച്ചായൻ നേരിട്ടങ്ങ് വന്നേനെയെന്ന് അറിയാമല്ലോ.” അയാളെഴുതിയ മറുപടിക്കത്തിനെക്കുറിച്ച് അവനോർത്തു.

ആ നിമിഷത്തിൽ, തന്നെ കടന്നു പോയ ബെൻസിന്റെ പിൻ സീറ്റിലെ മനുഷ്യരൂപത്തിന് തോമാച്ചായന്റെ രൂപമുള്ളതായി അവന് തോന്നി. വെറും തോന്നലല്ലേയെന്നോർത്ത് അവൻ പാടങ്ങളുടെ നടുവിലൂടെ വിദൂരതയിലേക്ക് മറയുന്ന സൂര്യനെ നോക്കി നടന്നു.

രണ്ടാഴ്ച മുൻപാണ് ജയിലിൽ നിന്നിറങ്ങിയത്. ഇതിപ്പോൾ മൂന്നാം വട്ടമാണ് ജയിലിൽ കിടക്കുന്നത്. ഓർക്കുമ്പോൾ സങ്കടമുണ്ട്. എങ്കിലും പണ്ട് ചാച്ചൻ പറയുമായിരുന്ന പോലെ ''ജനിച്ചില്ലേ, ഇനി ജീവിച്ചല്ലേ പറ്റൂ; ചാവണ വരെ'' എന്നായിട്ടുണ്ട് മനസ്. പക്ഷേ, ഇങ്ങനെ പറഞ്ഞു പഠിപ്പിച്ച ചാച്ചൻ എന്തിനാണ് മാവേൽ തൂങ്ങിയതെന്ന് മാത്രം ഇന്നും മനസിലായിട്ടില്ല.

നീണ്ടുനിവർന്നു കിടക്കുന്ന പച്ചപ്പാടത്തിന്റെ ഒത്ത നടുവിലെത്തിയപ്പോൾ അവൻ ആ ദിവസത്തെ കുറിച്ചോർത്തു. അന്ന് അവനോട് പാടത്തിന് നടുവിലുള്ള മാവിന്റെ പിന്നിൽ ഒളിച്ചിരിക്കാനാണ് പറഞ്ഞിരുന്നത്. ഇന്ന് ആ മാവില്ല. ''പറങ്കിത്തള്ള മരിച്ചപ്പോൾ, നിന്നെ ചതിച്ച മാവ് വെട്ടി ചിത കൂട്ടി''യെന്ന് അച്ചായൻ പറഞ്ഞത് ആദ്യ വട്ടം ദുർഗുണ പരിഹാരപാഠശാലയിൽ നിന്ന് പോരുന്ന വഴിക്കാണ്. അവൻ അതൊക്കെയും ഓർത്തു. അന്ന് അവിടെ വന്നിരുന്നത്, പോലീസിന്റെ വിസിൽ ശബ്ദം കേട്ടത്, പേടിച്ച് അനങ്ങാൻ കഴിയാതെ വിറച്ചത്, ജീപ്പിൽ ഇരുത്തി കൊണ്ട് പോകുമ്പോൾ അനിയത്തി ഇനിയെങ്ങനെ സ്കൂളിൽ പോകുമെന്നോർത്തത്, കോടതിയിൽ ഹാജരാക്കിയപ്പോൾ ജഡ്ജിയെ കണ്ട് മുള്ളിപ്പോയത്, ദുർഗുണ പരിഹാര പാഠശാലയിൽ ചെന്ന രാത്രിയിൽ അബുവും സാദിക്കയും ഗോകുലും ചേർന്ന് ചവിട്ടിയത്, ചോറിൽ മണ്ണ് വാരിയിടാതിരിക്കാൻ അവരോട് കെഞ്ചിയത്...

ഓർക്കുമ്പോൾ കണ്ണ് നിറയുമെന്നൊക്കെ പറയുന്നത് സിനിമയിലാണ്. അവന്റെ കണ്ണ് നിറഞ്ഞിട്ടൊന്നുമില്ല. അവൻ ആ ദിവസത്തിന്റെ ചില്ലയിൽ കിടന്ന് തൂങ്ങി.

അന്ന് നല്ല മഴയുണ്ടായിരുന്നു. കൂര ചോർന്നൊലിക്കാൻ തുടങ്ങിയിരുന്നു. ഓലപ്പൊളികൾക്കിടയിലൂടെ തണുത്ത വെള്ളം തലയിലേക്ക് ഒലിച്ച് വീഴാൻ തുടങ്ങിയപ്പോഴാണ് തോമാച്ചായന്റെ വീട്ടിലേക്ക് നടന്നത്. വല്യമ്മച്ചി കൂടി മരിച്ചതിൽ പിന്നെ അവനും ചിന്നുവും വീട്ടിൽ തനിച്ചേയുള്ളൂ. സ്കൂൾ അടച്ചതി

ന്റെ പിറ്റേന്നത്തെ ഞായറാഴ്ചയാണ് വല്യമ്മച്ചി യാതൊന്നും പറയാതെ കട്ടിലിന്റെ കീഴിൽ മരിച്ച് കിടന്നത്. ചടങ്ങുകളൊക്കെ കഴിഞ്ഞ് എല്ലാവരും പോയിട്ടും അവനെയും ചിന്നുവിനെയും ആരും കൊണ്ട് പോയില്ല. സ്കൂൾ തുറക്കുമ്പോഴേക്ക് വരാമെന്ന് പറഞ്ഞാണ് ശങ്കരാപ്പൻ പോയത്.

"എല്ലാം എടുത്ത് ഒരുങ്ങി നിന്നോണം കേട്ടല്ലോ. വന്നാൽ പിന്നെ സമയം കാണില്ല. അവിടുന്ന് സ്കൂളിൽ പോകാം നമുക്ക്." ശങ്കരാപ്പൻ അന്ന് പറഞ്ഞു.

കൊച്ചാപ്പനും വല്ല്യമ്മയും, അവരെ കൊണ്ടുപോകാൻ പറ്റില്ലെന്ന് പറഞ്ഞപ്പോൾ ശങ്കരാപ്പൻ കരഞ്ഞത് അവന് നല്ല ഓർമ്മയുണ്ട്.

"ഞാൻ കൊണ്ടോവാം മക്കളേ നിങ്ങളെ." കൊച്ചാപ്പനും വല്ല്യമ്മയും പോയി ഏറെക്കഴിഞ്ഞാണ് ശങ്കരാപ്പൻ തോളിൽ കിടന്ന തോർത്തെടുത്ത് കണ്ണ് തുടച്ചുകൊണ്ട് അത് പറഞ്ഞത്. സ്കൂളടപ്പായിട്ട് അപ്പോൾ ഒരു മാസം കഴിഞ്ഞിരുന്നു. ഇനിയും ഒരു മാസം കൂടിയുണ്ട്. ശങ്കരാപ്പന് വേഗം പോയിട്ട് വേണം ഒരു മാടം കെട്ടാൻ. എങ്കിലേ കുട്ടികളെ അങ്ങോട്ട് കൊണ്ട് പോകാൻ പറ്റൂ.

"ശങ്കരാ... നീ ഇങ്ങനെ ഒറ്റാന്തടിയായിട്ട് നടക്കുന്നെന്ന് കരുതി കേറി കിടക്കാൻ ഒരു കൂര ഉണ്ടാക്കാതിരിക്കരുത്. അവസാനം കടത്തിണ്ണയിൽ കിടന്ന് ചാവേണ്ടി വരും." വല്യമ്മച്ചി എപ്പോഴും ഗുണദോഷിക്കുമായിരുന്നു. വല്യമ്മച്ചിയുടെ അനുജനാണ് ശങ്കരാപ്പൻ. പാട്ടത്തിന് കൃഷി ചെയ്യുന്നത് കൊണ്ട് പാടത്തിനടുത്ത് തന്നെ എവിടേലും രാത്രി ചുരുണ്ടു കൂടുകയായിരുന്നു ശങ്കരാപ്പന്റെ പതിവ്.

മരങ്ങളുടെ ഇടയിലൂടെ നോക്കുമ്പോൾ അങ്ങ് താഴെ തോമാച്ചായന്റെ വീട് കാണാം. പോകും മുൻപ് ശങ്കരാപ്പൻ അവിടേക്ക് കൈ ചൂണ്ടി പറഞ്ഞു,

"ഞാൻ പോയിട്ട് വേഗം വരാം. അത്രയും നാൾ തോമ നോക്കിക്കോളും നിങ്ങളെ. എന്തെങ്കിലും അത്യാവശ്യം ഉണ്ടെങ്കിൽ ഓടി അങ്ങോട്ട് പോകണം കേട്ടോ." അത് കേട്ടപ്പോൾ അവൻ തലയാട്ടി.

ആ കൂരയിൽ ചിന്നുവും അവനും തനിച്ചായത് മുതൽ തോ

മാച്ചായൻ, മൂന്ന് നേരവും വരുമായിരുന്നു. വരുമ്പോഴൊക്കെ വാഴയിലയിൽ പൊതിഞ്ഞ പലഹാരവും ചോറുമൊക്കെ കൊണ്ട് വരും.

മുൻപ്, വല്യമ്മച്ചി മരിക്കുന്നതിനും മുൻപ്, അങ്ങ് ദൂരെയുള്ള ഏതോ കാലത്തിൽ നിന്ന് നോക്കുമ്പോൾ അവന്റെ മനസ് കണ്ണീർ വാർക്കും. അന്ന് അമ്മച്ചിയുണ്ടായിരുന്നു, ചാച്ചനുണ്ടായിരുന്നു, കൊച്ചാപ്പനുണ്ടായിരുന്നു, റീനമ്മയുണ്ടായിരുന്നു. കൊച്ചാപ്പൻ മുതുകിൽ കയറ്റി ആന കളിപ്പിക്കും. ആന്റോയ്ക്കും റിന്റോയ്ക്കും കളിപ്പാട്ടങ്ങൾ വാങ്ങുമ്പോൾ ഓരോന്ന് കൂടുതൽ വാങ്ങിക്കൊണ്ട് വരും. പെരുന്നാളിന് കൊണ്ട് പോകും. റീനമ്മ എന്നും പുതിയ തരം പലഹാരങ്ങൾ ഉണ്ടാക്കും. എല്ലാരെക്കാളും കൂടുതലായി അവനാണ് റീനമ്മ പലഹാരങ്ങൾ കൊടുക്കുക.

ജീവിതം എന്ത് സുഖമുള്ളതായിരുന്നു അമ്മച്ചി മരിക്കുന്നത് വരെ. ഒരുദിവസം കാലത്ത് അമ്മച്ചി എഴുന്നേറ്റതേയില്ല. മരിച്ചു പോയെന്ന് പറഞ്ഞ് വല്യമ്മച്ചി നെഞ്ചിലടിച്ച് കരയുമ്പോഴും ഉറങ്ങിക്കിടക്കുന്ന അമ്മച്ചിയെ ഉണർത്താതിരിക്കാൻ മിണ്ടാതെ അടുത്തിരിക്കുകയായിരുന്നു അവൻ. ഉറക്കത്തിൽ വിളിച്ചാൽ അമ്മച്ചിക്ക് ദേഷ്യം വരും. അവന് അപ്പോൾ വിശക്കുന്നുണ്ടായിരുന്നു. അമ്മച്ചി എണീക്കുമ്പോൾ ഗോതമ്പിന്റെ പുട്ടിൽ മുട്ടയിട്ട് ചിക്കിയത് ഉണ്ടാക്കി തരാൻ പറയാൻ വേണ്ടിയാണ് അവനിരിക്കുന്നത്. ചിലപ്പോൾ അമ്മച്ചി ഉണ്ടാക്കിത്തരാൻ പറ്റില്ലെന്ന് പറയും. അപ്പോൾ അവൻ ചിണുങ്ങും. കരയും. നിലത്ത് കിടന്ന് ഉരുളും. അപ്പോൾ അമ്മച്ചി വന്ന്, അവനെ എടുത്ത് കൊഞ്ചിച്ച് തോളത്തെടുത്ത് വച്ച് പുട്ടിന് മാവ് കുഴയ്ക്കും.

പക്ഷേ.!

പക്ഷേ, ആ ദിവസത്തിന് ശേഷം ആരും അവന്റെ ചിണുങ്ങലുകൾക്ക് കാത് കൊടുത്തില്ല. പുട്ടും മുട്ട ചിക്കിയതും പിന്നെയവൻ കഴിച്ചിട്ടേയില്ല. അമ്മച്ചി ഒരിക്കലും ഉറക്കത്തിൽ നിന്ന് ഉണർന്ന് വന്ന് അവനെ തോളത്തെടുത്തില്ല. കുറച്ചുദിവസം കഴിഞ്ഞ് ചാച്ചൻ മാവേല് തൂങ്ങി. എന്തിനാണെന്ന് അവന് ഇന്നും അറിഞ്ഞുകൂടാ.

പക്ഷേ, മരിപ്പിന് വന്ന ആരൊക്കെയോ അടക്കം പറയുന്നത് അവൻ കേട്ടു, അമ്മച്ചി മരിക്കുന്നേരം ഗർഭിണിയായിരുന്നുവെന്ന്. അതറിഞ്ഞ് ചാച്ചൻ അടിച്ചുവത്രേ. എന്തിനാണ് ചാച്ചൻ

അടിച്ചത്? അതവന് മനസിലായിട്ടില്ല.

"അമ്മച്ചി ഗർഭിണി ആയിരുന്നെങ്കിൽ ചിന്നുവിനെപ്പോലെ ഒരു പൊന്നുവിനേയോ ചിന്നനേയോ കിട്ടില്ലായിരുന്നോ? അതിന് ചാച്ചൻ അമ്മച്ചിയെ അടിച്ചതെന്തിനാ?" മരിക്കും മുൻപ്, ഇതേപ്പറ്റി അറിഞ്ഞിരുന്നെങ്കിൽ അവൻ ഉറപ്പായും ചാച്ചനോട് ചോദിച്ചേനെ. ചാച്ചൻ മരിച്ചതിന്റെ പിറ്റേന്ന് റീനമ്മ പിള്ളാരെയും കൊണ്ട് അവരുടെ വീട്ടിൽ പോയി. പിന്നീട് കൊച്ചാപ്പൻ ദൂരെയെവിടെയോ വീട് വച്ചു. വല്ലപ്പോഴും വരുമ്പോഴൊക്കെ കൊച്ചാപ്പൻ വല്ല്യമ്മച്ചിയോട് കണ്ണീരോടെ പറഞ്ഞു,

"പറ്റിപ്പോയി. ഇവിടെ വന്നെന്ന് അറിഞ്ഞാൽ അവൾക്ക് പിന്നെ അത് മതി അമ്മച്ചീ." കൊച്ചാപ്പൻ അവിടെ വരുന്നത് റീനമ്മയ്ക്ക് ഇഷ്ടമല്ലെന്ന് മാത്രം ഒരു ചുമരിനപ്പുറമിരുന്ന് കുട്ടിയും കോലും കളിക്കുകയായിരുന്ന അവന് മനസിലായി.

പച്ചപ്പാടത്തിന്റെ നടുവിൽ നിന്ന് കൊണ്ട് മുറിച്ച മാവിന്റെ കുറ്റിയിൽ നോക്കിയപ്പോൾ അതെല്ലാം അവന്റെ മനസിലൂടെ ഓടിപ്പാഞ്ഞു. പക്ഷേ, എത്ര കിതച്ചിട്ടും അവൻ പിന്നെയും ആ ദിവസത്തിൽ തന്നെ വന്ന് നിൽക്കുകയാണ്. മാവിന്റെ പിറകിൽ ശ്വാസമടക്കിപ്പിടിച്ചിരുന്ന അവന്റെ അരികിലേക്ക് കൊമ്പൻ മീശക്കാരൻ പോലീസ് വന്ന് തൊട്ട ആ ദിവസം!

ചിന്നുവിന് പനി വന്നത് കാരണം, വല്ല്യമ്മ അവളെ രണ്ട് ദിവസം അവിടെ നിർത്താമെന്ന് പറഞ്ഞ് കൂടെ കൊണ്ടുപോയിരുന്നു. രാത്രിയായപ്പോൾ മഴ കനക്കാൻ തുടങ്ങി. ചോർന്നൊലിച്ചിടത്ത് വെള്ളക്കെട്ടുണ്ടാകാൻ തുടങ്ങിയപ്പോൾ പേടി തോന്നി. അങ്ങനെയാണ് തോമാച്ചായന്റെ വീട്ടിലേക്ക് പോകുന്നത്.

അകത്തേക്ക് കയറിച്ചെല്ലുമ്പോൾ തോമാച്ചായന്റെയോ ലിസി ആന്റിയുടെയോ ശബ്ദമൊന്നും കേട്ടില്ല. അവൻ നേരെ കയറിച്ചെന്ന് ഓൺ ആയിരുന്ന ടെലിവിഷനിൽ നോക്കിയിരുന്നു. ഏറെക്കഴിഞ്ഞിട്ടും തോമാച്ചായനെ കാണാഞ്ഞിട്ടാണ് അടുക്കള വാതിലിലേക്ക് ചെന്ന് എത്തിനോക്കിയത്. അന്നേരമവൻ വ്യക്തമായും അത് കണ്ടതാണ്, വീണ് കിടക്കുന്ന ലിസിയാന്റിയുടെ കഴുത്തേലെ മാല കത്തിവച്ച് തോമാച്ചായൻ അറുത്ത് മാറ്റുന്നത്! ശബ്ദം കേട്ട് തോമാച്ചായൻ തിരിഞ്ഞു നോക്കിയപ്പോഴും ലിസിയാന്റിക്ക് എന്ത് പറ്റിയതാണെന്ന ആലോചനയിലായിരുന്നു അവൻ. തോമാച്ചായൻ അവനോട് പോയിരുന്ന് ടിവി

കാണാൻ പറഞ്ഞു. കുറച്ച് കഴിഞ്ഞ് അയാൾ അവന്റെ അടുത്ത് വന്നു. ഒരു സ്വർണ്ണ മാല അവന്റെ പോക്കറ്റിൽ വച്ച് കൊടുത്തു. ചോർച്ചയില്ലാത്ത വലിയ വീട് വയ്ക്കണ്ടേ, കുഞ്ഞിത് എടുത്തോ എന്ന് പറഞ്ഞു. അവൻ ചിരിയോടെ തലകുലുക്കി. പിന്നെയാണ് ഒരു കത്തി അവന്റെ കൈയിൽ കൊടുത്തത്. ആരെന്ത് ചോദിച്ചാലും സമ്മതിച്ചു കൊടുക്കണമെന്ന് അയാൾ പറഞ്ഞതിന്റെ അർത്ഥം അവനപ്പോൾ മനസിലായിരുന്നില്ല. മഴ കുറച്ചൊന്ന് അയഞ്ഞപ്പോൾ തോമാച്ചായൻ തന്നെയാണ് അവനെ കൈയിൽ പിടിച്ച് കൊണ്ടുപോയി മാവിന്റെ പിന്നിലിരുത്തിയത്. അവിടിരുന്ന് ഉറങ്ങിത്തുടങ്ങിയ നേരത്താണ് കൊമ്പൻ മീശക്കാരനായ പോലീസുകാരൻ വന്ന് തട്ടിവിളിക്കുന്നത്. അയാളെ അവൻ കണ്ടിട്ടുണ്ട്, തോമാച്ചായന്റെ വീട്ടിൽ സ്ഥിരം വരുന്ന അയാൾക്ക് അവനാണ് പറങ്കിത്തള്ളയുടെ വീട്ടിൽ ചെന്ന് കരിക്ക് ചെത്തി വാങ്ങിക്കൊണ്ട് കൊടുക്കുന്നത്.

അയാൾ അവന്റെ പോക്കറ്റിൽ കൈയിട്ടു. കിട്ടിയ സ്വർണമാലയെടുത്ത് പിന്നിൽ നിന്ന പോലീസുകാരെ ഉയർത്തിക്കാണിച്ചു. അവരുടെ കൂടെ നിന്നിരുന്ന തോമാച്ചായൻ വന്ന് ''അവർക്കൊപ്പം പൊയ്ക്കോളൂ, ഒന്നും പേടിക്കാനില്ല'' എന്ന് പറഞ്ഞു. അവൻ എല്ലാം അനുസരിച്ചു.

പോലീസുകാർ പലവട്ടം പഠിപ്പിച്ച് പഠിപ്പിച്ച്, ലിസിയാന്റി മരിക്കാൻ കാരണം താനാണെന്ന് അവൻ സ്വയം ഉറപ്പിച്ചു. മാല വലിച്ച് പൊട്ടിച്ചപ്പോൾ ലിസി താഴെ വീണതാണല്ലേയെന്ന് വക്കീൽ ചോദിച്ചപ്പോൾ, രണ്ടാമതൊന്ന് ചിന്തിക്കാതെ അതേയെന്ന് പറഞ്ഞത് അതുകൊണ്ടാണ്. പോലീസുകാർ പറയുമ്പോലെ പറഞ്ഞാ മതീന്നാണ് തോമാച്ചായൻ പറഞ്ഞ് തന്നത്. ദുർഗുണ പരിഹാര പാഠശാലയിൽ പോകാൻ നേരം തോമാച്ചായൻ വന്നു. ചിന്നുവിനെ ശങ്കരാപ്പൻ കൊണ്ടുപോയെന്നും ബസിൽ കേറി വരാനൊന്നും അറിയാത്തത് കൊണ്ടാ അവരൊന്നും ഇവിടേക്ക് വരാത്തതെന്നും തോമാച്ചായൻ പറഞ്ഞു.

"ഇതിനകത്ത് നല്ല സ്കൂളുണ്ട്, പഠിച്ച് മിടുക്കനായിക്കോ." അയാൾ അകത്തേക്ക് ചൂണ്ടി പറഞ്ഞു.

കുറേ കാലം കഴിഞ്ഞ് പുറത്ത് വരുമ്പോൾ അവൻ എട്ടാം ക്ലാസ്സിൽ എത്തിയിരുന്നു.

അന്ന്, തോമാച്ചായൻ ജയിലിന് പുറത്ത് കാത്ത് നിൽക്കു

ന്നുണ്ടായിരുന്നു. നേരെ തോമാച്ചായന്റെ വീട്ടിൽ പോയി. ലിസിയാന്റി മരിച്ച രാത്രിയിലുള്ളതൊന്നും അവനിപ്പോൾ ഓർമ്മയില്ല. അവൻ ചിന്നുവിനെ കണ്ടു. അവളിപ്പോൾ മൂന്നാം ക്ലാസിലെത്തി. തോമാച്ചായൻ തന്നെയാണ് ശങ്കരാപ്പന്റെ വീട്ടിലേക്ക് കൊണ്ട് ചെന്ന് അവളെ കാണിച്ചു തന്നത്. ഇവനെ സ്വന്തം വീട്ടിൽ നിർത്തിക്കോളാമെന്ന് ശങ്കരാപ്പനോട് തോമാച്ചായൻ തന്നെയാണ് അവന്റെ കൈയും പിടിച്ച് പറഞ്ഞത്. അവന് സന്തോഷം തോന്നി. കുറേക്കാലം ഒപ്പമില്ലാതിരുന്നത് കൊണ്ട് ചിന്നുവിനെ പിരിഞ്ഞ് കഴിയുന്നതിൽ വ്യസനമൊന്നും തോന്നിയില്ല. എട്ടാം ക്ലാസ്സിലെ ഓണപ്പരീക്ഷ തൊട്ട് തോമാച്ചായന്റെ വീട്ടിൽ നിന്നാണ് സ്കൂളിൽ പോകാൻ തുടങ്ങിയത്. തോമാച്ചായന്റെ മകൾ വലിയ സ്കൂൾ ബസിൽ പോകും. അവൾ പട്ടണത്തിലെ ഏതോ വലിയ സ്കൂളിലാണ് പഠിക്കുന്നത്. അവൻ തോട്ടേപ്പള്ളിയിലെ ഗവൺമെന്റ് സ്കൂളിലായത് കൊണ്ട് നടന്നേ പോകാറുള്ളൂ. അവിടേക്ക് വേറെ ബസൊന്നുമില്ല.

ഒരു വൈകുന്നേരം സ്കൂൾ വിട്ട് പോരുമ്പോൾ, തോമാച്ചായന്റെ വീട്ടിൽ നിറയെ പോലീസുകാരെ കണ്ടു. രണ്ട് ജീപ്പ് നിറയെ ഉണ്ട്. അവനെ കണ്ടതും പഴയ കൊമ്പൻ മീശക്കാരൻ ഗൗരവത്തോടെ വന്ന് ചെവിയിൽ പിടിച്ചു.

“നീ ഇങ്ങേരുടെ മാല മോട്ടിക്കും അല്ലേടാ?” അയാൾ അവന്റെ ശരീരത്തിൽ ആഞ്ഞ് തള്ളിക്കൊണ്ട് ചോദിച്ചു.

അവൻ എന്താണ് പറയേണ്ടതെന്നറിയാതെ തോമാച്ചായനെ നോക്കി. അയാൾ അതേയെന്ന് പറയൂവെന്ന് ആംഗ്യം കാണിച്ചു. അവൻ എല്ലാം അക്ഷരം പ്രതി അനുസരിച്ചു. പോലീസുകാർ തോമാച്ചായന്റെ വീടിനുള്ളിലേക്ക് കയറി, അവന്റെ ചുരുട്ടി വച്ച പായ എടുത്ത് കൊണ്ട് വന്ന് പുറത്തേക്കിട്ടു. അതിൽ നിന്ന് നീളത്തിലൊരു മാല പുറത്തേക്ക് ചാടി.

കൊമ്പൻ മീശക്കാരൻ അത് കൈയിലെടുത്ത് ഉയർത്തിപ്പിടിച്ചു.

“ഇത് തന്നെയാണോഡോ?”

“അതേ.” ആൾക്കൂട്ടത്തിന് മുന്നിൽ നിന്ന ബാബു ഉറപ്പിച്ച് പറഞ്ഞപ്പോഴാണ് അവന് അത് അയാളുടേതാണെന്ന് മനസ്സിലായത്.

ജീപ്പിന് പിന്നിലിരിക്കുമ്പോൾ തോമാച്ചായൻ കൊമ്പൻ മീശക്കാരൻ പോലീസിനോട് ചിരിക്കുന്നത് അവൻ കണ്ടിരുന്നു. പക്ഷേ, അയാളുടെ ഭാര്യയെ കൊലപ്പെടുത്തിയത് നേരിൽ കണ്ട ചെക്കനെ വീണ്ടും വല്ല കേസിലും പെടുത്തി വിട്ടില്ലെങ്കിൽ കുറച്ച് കഴിയുമ്പോൾ എല്ലാം പുറത്ത് വരുമെന്ന ബുദ്ധി ഉപദേശിച്ചു കൊടുത്ത കൊമ്പനോടുള്ള ഉപകാരസ്മരണയായി അമ്പതിനായിരം ഉടനെ എത്തിക്കാമെന്ന് പറഞ്ഞ് ചിരിച്ച ചിരിയാണതെന്ന് അവന് മനസ്സിലായതേയില്ല.

വീണ്ടും പോലീസുകാർ പഠിപ്പിച്ചതൊക്കെ കാണാതെ പഠിച്ച് അവൻ കോടതിയിൽ പോയി. പിന്നെയും ദുർഗുണപരിഹാര പാഠശാലയിലേക്ക് പോയി. രണ്ടാമത്തെ തവണ പുറത്ത് വരുമ്പോൾ ശങ്കരാപ്പൻ മരിച്ചിട്ട് ഒരു കൊല്ലം കഴിഞ്ഞിട്ടുണ്ടായിരുന്നു. അവനോട് അതാരും പറഞ്ഞിരുന്നില്ല. തോമാച്ചായന്റെ വീട്ടിൽ ചെന്ന്, കുളിച്ച് തോർത്തി വരുമ്പോഴാണ് ശങ്കരാപ്പന്റെ വീട്ടിൽ പോയിട്ട് വരാമെന്ന് അയാൾ പറയുന്നത്. കഴിച്ച പാടെ ഇറങ്ങി. അവിടെ എത്തിയപ്പോൾ ശങ്കരാപ്പനും ഇനിയില്ലെന്ന് അറിഞ്ഞു. ചിന്നു ഇപ്പോൾ വല്ല്യമ്മയുടെ വീട്ടിലാണ്. അവൾക്കവിടെ അത്ര സുഖമല്ലെന്ന് കണ്ട മാത്രയിൽ മനസിലായി.

“അവളേയും കൂടെ നമുക്ക് കൊണ്ട് പോകാമോ?” അവൻ തോമാച്ചായനോട് ചോദിച്ചു.

“പിന്നെന്താ? കൊണ്ടോവാല്ലോ.” അയാൾ വാത്സല്യത്തോടെ പറഞ്ഞു. അവന് സന്തോഷം തോന്നി.

പോകുമ്പോൾ, തോമാച്ചായൻ വണ്ടി നിർത്തി ഒരു പായയും തലയിണയും വാങ്ങി.

‘വർഷങ്ങൾക്ക് ശേഷം ഞങ്ങൾ വീണ്ടും ഒന്നിച്ചുറങ്ങാൻ പോകുന്നു.’ അവൻ ഓർത്തോർത്ത് സന്തോഷപ്പെട്ടു. അവൻ ചിന്നുവിന്റെ കൈയിൽ പിടിച്ചു. പോക്കറ്റിൽ നിന്ന് മിഠായി എടുത്ത് കൊടുത്തു. അവൾ ചിരിച്ചു.

പിറ്റേന്ന് മുതൽ അവർ ഒരുമിച്ച് സ്കൂളിലേക്കുള്ള വഴികൾ നടന്നു.

പത്താം ക്ലാസ്സിന്റെ പരീക്ഷയിൽ തട്ടിയും മുട്ടിയുമാണ് അവൻ ജയിച്ച് കരകയറിയത്. തോമാച്ചായന്റെ മകൾ നിമ്മിക്കും അവന്റെ അതേ പ്രായമാണ്. അവൾ സ്കൂളിൽ ഒന്നാമതായാ

ണ് പത്താം ക്ലാസ് ജയിച്ചത്. നിമ്മി ഊട്ടിയിലെ സ്കൂളിൽ പ്ലസ് വൺ പഠിക്കുന്നതിന് വണ്ടി കയറിയപ്പോൾ തോമാച്ചായൻ അവനെ പള്ളി വക സ്കൂളിൽ ചേർത്തു. ജീവിതം വലിയ കുഴപ്പമില്ലാതെ പോകുകയായിരുന്ന ഒരു ദിവസം, ഉച്ച കഴിഞ്ഞുള്ള ആദ്യത്തെ പിരിയഡിൽ പ്യൂൺ ഗോപാലൻ പിള്ള ക്ലാസിലേക്ക് പെട്ടന്ന് കയറി വന്നു.

"ആൽബിൻ സി. കുര്യനെ പ്രിൻസിപ്പാളച്ചന്റെ മുറിയിലോട്ട് വിളിക്കുന്നു." അവൻ വേഗം പ്രിൻസിപ്പാളിന്റെ മുറിയിലേക്ക് ചെന്നു. അവിടെയൊരു പോലീസുകാരൻ ഇരിപ്പുണ്ട്. അവർ അവനെ ജീപ്പിൽ കയറ്റി, നേരെ പോയത് തോമാച്ചായന്റെ വീട്ടിലേക്കാണ്. അവിടെ പിന്നെയും ഒരു വലിയ ആൾക്കൂട്ടം ഉണ്ടായിരിക്കുന്നു. ഹാളിൽ ആരെയോ കിടത്തിയിരിക്കുന്നു. ആൽബിൻ സൂക്ഷിച്ച് നോക്കി. ചിന്നുവാണ് അതെന്ന് മനസിലാക്കാൻ വലിയ പ്രയാസമുണ്ടായില്ല. അവന്റെ ചങ്ക് പിടഞ്ഞു. അവന് സ്വന്തമെന്ന് പറയാൻ ഈ ലോകത്ത് അവശേഷിച്ചിരുന്ന അവസാനത്തെ ആളിതാ മരിച്ച് കിടക്കുന്നു. മൃതദേഹത്തിന് മുന്നിൽ വച്ചാണ് പോലീസുകാർ അവന്റെ കവിളത്തടിച്ചത്.

"പറയെടാ നീ എങ്ങനെയാണ് ഈ കൊച്ചിനെ കൊന്നത്?" പണ്ടത്തെ കൊമ്പൻ മീശക്കാരൻ സ്ഥലം മാറിപ്പോയിട്ട് കുറേക്കാലമായെങ്കിലും അയാളുടെ അതേ സ്വരം തന്നെ ആ ചോദ്യത്തിലും അവൻ കേട്ടു.

"ഞാൻ ഒന്നും..." കണ്ണീരോടെ അവൻ ആദ്യമായി കുറ്റം നിഷേധിക്കാനുള്ള ഒരു ശ്രമം നടത്തി.

"അനുജത്തിയേയും കൊന്നിട്ട് സ്കൂളിൽ പോയിരുന്നാൽ ആരും സംശയിക്കില്ലെന്ന് കരുതിയോ." പോലീസ് പിന്നെയും അവനെ തല്ലി. അവന്റെ ജുവനൈൽ ഹോം കഥകളും പറഞ്ഞ് മൂന്നാമതും തല്ലിയ സമയത്താണ് തോമാച്ചായൻ വന്നത്. എല്ലാത്തിനും അതേയെന്ന് പറഞ്ഞോളൂ, ബാക്കി നമുക്ക് ശരിയാക്കാമെന്ന് അയാൾ അന്നും ആംഗ്യം കാണിച്ചു. അവനൊരു മരപ്പാവയെപ്പോലെ വീണ്ടും അനുസരിച്ചു. വീണ്ടും പോലീസുകാരും വക്കീലുമാരും ചേർന്ന് അവനെ പലതും പഠിപ്പിച്ചു. വീണ്ടും അവന്റെ ജീവിതം ജുവനൈൽ ഹോമിന്റെ ഇരുണ്ട മുറികൾക്കുള്ളിലായി. വീണ്ടും അവൻ പഠിച്ചു. പരീക്ഷ എഴുതി. ജയിച്ചു.

തോമാച്ചായന്റെ കത്തുകളുടെ എണ്ണം കുറയുകയും വരവു

കളുടെ ദൈർഘ്യം കൂടുകയും ചെയ്തു.

വർഷങ്ങളെത്രയിങ്ങനെ കോടതിയും ശിക്ഷയുമായി കഴിഞ്ഞുപോയെന്ന് ആൽബിൻ തോമാച്ചായന്റെ വീടിന് മുന്നിലെ ആൽത്തറയിലിരുന്ന് എണ്ണി നോക്കി. കുറച്ചധികം നേരം കഴിഞ്ഞിട്ടാണ് അവൻ അവിടെ നിന്നെണീറ്റത്. അപ്പോൾ അവന്റെയുള്ളിൽ എല്ലാം തെളിഞ്ഞ് കാണാമായിരുന്നു. ലിസിയാന്റി മരിച്ച ആ രാത്രി, മാല മോഷ്ടിച്ച കുറ്റത്തിന് ആളുകൾ കൂട്ടം കൂടിയ നട്ടുച്ച, ചിന്നു മരിച്ചു കിടന്ന വൈകുന്നേരം...

അവൻ തോമാച്ചായന്റെ വീടിന്റെ ഗേറ്റ് തുറന്നു. മുന്നിൽ, അവൻ നേരത്തെ കവലയിൽ വച്ച് കണ്ട പുത്തൻ കാറ്!

“കുഞ്ഞിങ്ങ് എത്തിയോ?” അയാളുടെ സ്വരത്തിന് പഴയ മധുരമൊന്നുമില്ല.

“കയറി വാ.” അയാൾ സ്നേഹത്തോടെ കൈ നീട്ടി. ആ നിമിഷത്തിലാണ് അവൻ മുണ്ടിനടിയിൽ ഒളിച്ച് പിടിച്ചിരുന്ന കത്തിയെടുത്ത് അയാളുടെ അടിവയറ്റിലേക്ക് കുത്തിയിറക്കിയത്.

തോമ പിടഞ്ഞ് പിടഞ്ഞ് നെഞ്ചിലേക്ക് ചാഞ്ഞപ്പോൾ അവൻ ചിരിച്ചു.

അവസാനശ്വാസം നിലയ്ക്കുന്നതിന് മുൻപ് കുനിഞ്ഞ് അയാളുടെ ചെവിയിൽ അവൻ പറഞ്ഞു,

“എനിക്കിനിയും പോണം തോമാച്ചായാ... ഇനിയും ജയിലിൽ പോണം.”

"കൂടെയിരുന്ന് ചിരിക്കുന്ന കാലത്ത്,
മറുചിരി നൽകുവാനാവതില്ലേൽ,
കാണാമറയത്ത് ചെന്നെത്തുന്ന നേരത്ത്
ഓർത്തോർത്ത് കരച്ചിൽ നിത്യമാകും."

മുക്തി

"ഞാൻ നിന്നെ കാത്തിരിക്കുകയായിരുന്നു.

ഓർത്തിരിക്കുകയായിരുന്നു.

അറിയാമോ?

സ്നേഹം കൊണ്ട് പുണർന്നിരിക്കുകയായിരുന്നു."

അവൻ പിന്നെയും എന്തൊക്കെയോ കുത്തിക്കുറിച്ചു.

സമയം വല്ലാതെ കിതച്ചുകൊണ്ട് നിലച്ചത് പോലെ... ഈ സ്നേഹം തുടങ്ങിയിട്ട് കുറച്ചായി. എങ്കിലും പ്രണയലേഖനത്തിന്റെ രൂപത്തിൽ അതിങ്ങനെ പുറത്ത് വരാൻ കുറച്ച് വൈകിയെന്ന് മാത്രം. അവൻ മെഴുകുതിരി വെട്ടത്തിൽ പിന്നെയും എഴുതിക്കൊണ്ടിരുന്നു.

"കിച്ചൂ..." കാതിന് ചുറ്റും ചിറകടിക്കുന്ന കൊതുകിനെപ്പോലെ അമ്മയുടെ ശബ്ദം!

അമ്മ അവനോട് പറഞ്ഞിരുന്നതാണ് ആശുപത്രിയിലേക്ക് പോകണമെന്ന്. നേരത്തെ വരണമെന്ന്.

അവന് ഓർമയുണ്ടായിരുന്നു.

എങ്കിലും, കൂട്ടുകാർ പോരുന്ന വഴിക്ക് കൈകാട്ടി വിളിച്ച്

ഒരു കുപ്പി പൊക്കിക്കാണിച്ചപ്പോൾ അവൻ കരുതി

"ആശുപത്രിയല്ലേ. അവിടെ തന്നെ കാണുമല്ലോ. പിന്നെയാകട്ടെ."

കുടിച്ചത് കുറച്ച് കൂടിപ്പോയെന്ന് അറിഞ്ഞിരുന്നു.

അമ്മ വിളിച്ച് ചീത്ത പറയുമെന്ന് അറിയാമായിരുന്നത് കൊണ്ടാണ് ഫോൺ ഓഫാക്കി ഇട്ടത്.

ഛർദ്ദി തുടങ്ങിയപ്പോൾ ആരോ വീട്ടിൽ കൊണ്ട് ചെന്നാക്കി. അതാരായിരുന്നു? വിഷ്ണുവോ അതോ രമേശോ...

അവന് ഓർമയില്ല.

എങ്കിലും അവരും കണ്ടിരുന്നില്ലേ, അമ്മ ചോര ഛർദ്ദിച്ച് കിടന്നിരുന്നത്. അറിയില്ല. ഒരുപക്ഷെ, അവർ എന്നത്തേയും പോലെ ഗേറ്റിന് മുന്നിൽ തള്ളിയിട്ട് പോയിട്ടുണ്ടാകും, അമ്മ കണ്ടാൽ 'ഇന്നും അവനെ കുടിപ്പിച്ചു അല്ലേടാ തെമ്മാടികളേ' എന്ന് അലറിവിളിക്കുമെന്ന് പേടിച്ചിട്ട്. അതെ! അത് തന്നെയാണ് സത്യം. കാരണം, രാവിലെ മുറ്റത്ത് നിന്നാണ് എഴുന്നേറ്റ് വന്നത്.

"മുറ്റത്ത് മഞ്ഞും കൊണ്ട് കിടക്കുന്നോടാ എന്നും പറഞ്ഞ് എന്നെ താങ്ങിയെടുത്ത് കട്ടിലിൽ കൊണ്ടിടുന്ന എന്റെ അമ്മക്കിളി എവിടെപ്പോയി?" അമ്മയെ ഒന്ന് തണുപ്പിക്കാൻ വേണ്ടി ചുമ്മാ ഓരോന്ന് ഒച്ചയെടുത്ത് പറഞ്ഞുകൊണ്ടാണ് അകത്തേക്ക് നടന്നത്. തിരിച്ച് മറുപടിയൊന്നും വരാതിരുന്നിട്ടും ആശങ്കപ്പെടാത്തതെന്തെന്ന് അവൻ പിന്നീട് പല പ്രാവശ്യം ചിന്തിച്ചിട്ടുണ്ട്. അമ്മ ഒരിക്കലും തന്നെ വിട്ട് പോകുമെന്ന് കരുതിയതേയില്ലെന്ന ഉത്തരമാണ് ആ ചോദ്യത്തിന് പകരമായി അവന് ലഭിച്ചത്. ഓർക്കുമ്പോൾ കണ്ണ് നനയും. അപ്പോൾ ഓർമ്മകൾ ഉരുണ്ടുരുണ്ട് അമ്മ നിലത്ത് വീണ് ചോര തുപ്പി കിടന്ന ആ കാഴ്ചയിലേക്ക് ചെന്ന് കയറും. മരിക്കാനായി വീണ് കിടക്കുമ്പോൾ അവനും അമ്മയ്ക്കുമിടയിൽ ആകെയുണ്ടായിരുന്നത് ഒരു ചുമരിന്റെ ദൂരം മാത്രം. ഒരുപക്ഷേ, സ്വബോധത്തോടെ കയറി വന്നിരുന്നെങ്കിൽ..,

അമ്മയെ,

അമ്മയുടെ സ്നേഹത്തെ,

സ്നേഹത്തോടെയുള്ള വഴക്കിടലിനെ,

വഴക്കിട്ട ശേഷവും നീട്ടുന്ന ചോറുരുളകളെ,

അങ്ങനെയങ്ങനെ എണ്ണിത്തീരാത്ത അത്രയും വലിയ ലോകത്തെ നഷ്ടമാകുമായിരുന്നുവോ?

മാസം രണ്ട് കഴിഞ്ഞു. ചടങ്ങുകളും ഓരിയിടലും എല്ലാം അവസാനിച്ചു.

ഇപ്പോൾ ഒരു ശൂന്യതയാണ്.

അമ്മയില്ലായ്മ എത്ര വലിയ നഷ്ടമാണെന്ന് അറിഞ്ഞു തുടങ്ങുകയാണ് അവൻ.

കുറച്ചുസമയം അമ്മയ്ക്കായി നീക്കി വച്ചിരുന്നെങ്കിൽ അമ്മ തന്റെ കൂടെ ഉണ്ടായിരുന്നേനെ എന്ന ചിന്ത അവനെ വേദനിപ്പിച്ചു.

ആ ചിന്തയുടെ നെരിപ്പോടിൽ കിടന്ന് അവൻ ഉരുകി.

ഒടിവിലൊരു രാത്രിയിൽ അവൻ ആ പ്രണയലേഖനം എഴുതിത്തുടങ്ങി. അമ്മയില്ലായ്മയിൽ നിന്നുടലെടുത്തതായിരുന്നു ആ പ്രണയം. ഏകാന്തതയുടേയും ഒറ്റപ്പെടലുകളുടേയും കുറ്റബോധത്തിന്റേയും നെരിപ്പോടിൽ കിടന്ന് വെന്തുരുകുമ്പോൾ ഉണ്ടായൊരു പ്രണയം! കൂമ്പിയടഞ്ഞ മിഴികൾക്ക് മുകളിൽ കണ്ണീരുപ്പുകൾ വിടർത്തിയിട്ട പശ്ചാത്താപത്തിന്റെ ബാക്കി പത്രമായ പ്രണയം! ഒരുപാട് വെട്ടിയും കുത്തിയും കുറിച്ചും, വേദനിച്ച് കരഞ്ഞും, നൊന്ത് പിടഞ്ഞ അവന് ആശ്വാസം തോന്നിത്തുടങ്ങിയത് ആ കത്ത് എഴുതി തുടങ്ങിയതിൽ പിന്നെയാണ്. ഉള്ളിൽ ഉറഞ്ഞു കിടന്ന സകല സ്നേഹവും എടുത്തണിഞ്ഞ് അവൻ ആ പ്രേമലേഖനം എഴുതിത്തുടങ്ങി.

“പ്രിയേ,

ഞാൻ നിന്നെ കാത്തിരിക്കുകയായിരുന്നു,

ഓർത്തിരിക്കുകയായിരുന്നു,

അറിയാമോ?

സ്നേഹം കൊണ്ട് പുണർന്നിരിക്കുകയായിരുന്നു.”

എഴുതിയെഴുതി കൈകൾ തളർന്നു.

കണ്ണുകൾ അടഞ്ഞു.

കണ്ണുനീർ പൊടിഞ്ഞു.

പുലരിയിൽ പത്രമിടാൻ വന്ന ചെറുപ്പക്കാരൻ ജനലിനപ്പുറത്ത് തൂങ്ങി നിൽക്കുന്ന കാലുകൾ കണ്ട് നിലവിളിച്ചു കൊണ്ട് ഓടി വന്ന് ആ പ്രണയലേഖനമെടുത്ത് വായിച്ചു.

അതിന്റെ അവസാന വരികളിൽ ജീവിതത്തിന്റെ അവസാന പ്രതീക്ഷയും നിരാശയിൽ അവസാനിച്ചവന്റെ ചോര തളം കെട്ടിക്കിടന്നു. ആ ചോരയിൽ കുറ്റബോധത്തിന്റെ വേദന ചുരുണ്ട് കൂടി കിടപ്പുണ്ടായിരുന്നു. കുറ്റബോധത്തിന്റേയും നിരാശയുടേയും നിഴലാട്ടത്തിൽ പെട്ട് പോയവന്റെ പ്രണയം! ആ പ്രണയത്തിനോട് ഒന്ന് ചേരുവാനുള്ള വെമ്പലിന്റെ കൊതിപ്പുറത്ത് അവൻ കോറിയിട്ട അവസാന വരികൾ നാട്ടുകാർക്കായി വായിക്കപ്പെട്ടു,

"എന്റെ പ്രണയിനീ,

മരണമേ,

നീയെന്നെ പുൽകൂ..."

"പ്രപഞ്ചത്തിനക്കരെ നിൽക്കും
അമ്പിളിക്കലയ്ക്കുള്ളിൽ എത്തീടിലും
ആർക്കറിയാം, തൊട്ടപ്പുറം നിൽക്കും
മനുഷ്യന്റെയുള്ളിലെ കുഴൽ വിളികൾ? "

അവിശുദ്ധം

അവൻ അവസാനമായി നോക്കിച്ചിരിച്ചത് ഇന്നും ഓർമയുണ്ട്. അന്നെന്റെ കണ്ണുകൾ നിറഞ്ഞു. ഞങ്ങളുടെ പ്രണയമറിഞ്ഞ് വീട്ടുകാർ വന്ന് പിടിച്ചു കൊണ്ട് പോയതായിരുന്നു അവനെ. എന്റെ കണ്ണുകൾ കലങ്ങി മറിയുന്നത് അവന് കാണാമായിരുന്നു. എങ്കിലും ഞങ്ങൾക്കൊന്നും ചെയ്യാനില്ലായിരുന്നു. ഒന്നിച്ച് നടന്നത് മുതൽ എല്ലാം ഞാൻ ഓരോ ദിവസവും ഓർത്തുകൊണ്ടേയിരുന്നു. ആദ്യ പ്രണയം! എത്ര മായ്ച്ചാലും മനസ്സിൽ നിന്ന് പോകാത്ത ഒരേയൊരു മധുരവികാരം. എന്റെ ചുണ്ടും കവിളും തുടുത്തു. ഒന്നുകൂടെ അവനെ ചുംബിക്കുവാൻ ഞാൻ വെമ്പൽ കൊണ്ടു. ഓരോ ദിവസവും മറക്കുവാൻ കൊതിക്കുമ്പോഴും മറന്ന് പോകരുതേയെന്ന് ഈ പ്രപഞ്ചം നിയന്ത്രിക്കുന്ന ശക്തിയോട് ഞാൻ കെഞ്ചി.

അവൻ പോകാൻ നേരം നിന്റെ പേരെഴുതി വച്ച് ഞാൻ മരിക്കുമെന്ന് പറഞ്ഞു ഭീഷണിപ്പെടുത്താത്തതിൽ എനിക്കിപ്പോൾ ദുഃഖമുണ്ട്. അവനെ കൊണ്ടുപോയാൽ നിങ്ങളെ ഞാൻ കോടതി കയറ്റുമെന്ന് അവന്റെ വീട്ടുകാരോട് പറയാനുള്ള ധൈര്യം കാണിക്കാത്തതിൽ എനിക്കിപ്പോൾ എന്നോട് തന്നെ

പുച്ഛം തോന്നുന്നുണ്ട്.

ഞാൻ പതുക്കെ കണ്ണുകൾ അടച്ചു. ഉള്ളിലപ്പോൾ തെളിഞ്ഞു വന്നത്, കാടും മലയും കടന്ന് ഞങ്ങൾ ആദ്യമായി യാത്ര പോയ ആ ദിവസമാണ്. സൂര്യനപ്പോൾ ആളിക്കത്തുന്ന ജ്വാലയുടേത് പോലുള്ള നല്ല സ്വർണ നിറമായിരുന്നു. ഞാൻ അവന്റെ ശരീരത്തിനോട് ചേർന്നിരുന്നു. ഇണ ചേരാൻ വെമ്പൽ കൊള്ളുന്ന കുരുവിയുടേത് പോലുള്ള ചേർന്നിരിക്കലായിരുന്നു അതെന്ന് പറഞ്ഞാലും തെറ്റൊന്നുമില്ല. ഞാൻ ശരിക്കും അത് കൊതിച്ചിരുന്നു. അവന്റെയുള്ളിലും അങ്ങനെ തന്നെയായിരുന്നുവെന്ന് എനിക്കറിയാം. ഇടയ്ക്കെപ്പോഴോ അവൻ പറഞ്ഞു, "തളർന്നു."

ഞാൻ പെട്ടന്ന് ഒന്നുമോർക്കാതെ ബുള്ളറ്റിന്റെ കീ കൈയിൽ വാങ്ങി സ്റ്റാർട്ട് ചെയ്യുമ്പോൾ അവൻ കണ്ണും മിഴിച്ച് നിന്നിരുന്നത് ഇപ്പോഴും എന്റെയുള്ളിലെ ചിത്രങ്ങൾ നിറഞ്ഞ ഡയറിക്കെട്ടുകളിൽ തെളിഞ്ഞു കാണാം.

ഹിൽ സ്റ്റേഷനിലെ ഗസ്റ്റ് ഹൗസിൽ എത്തുമ്പോഴേയ്ക്ക് അവൻ തളർന്ന്, എന്റെ അരയിൽ ചുറ്റിപ്പിടിച്ച് ഉറങ്ങിക്കഴിഞ്ഞിരുന്നു. പുറത്തുനിന്ന് വരുത്തിച്ച ഭക്ഷണം വിളമ്പിവച്ച് ഞാൻ അവന്റെ ഉറക്കവും നോക്കി അങ്ങനെയിരുന്നു. കണ്ണുതുറക്കുമ്പോൾ, എന്റെ ഇമ വെട്ടാതെയുള്ള നോട്ടം കണ്ട് അവന്റെ വികാരങ്ങളുണർന്നു.

അന്ന് ആ മെഴുകുതിരി വെട്ടത്തിൽ ഞങ്ങൾ ഒന്ന് ചേർന്നു. ഇരുവസ്ത്രങ്ങളും കട്ടിലിന് ചുവട്ടിൽ ഇണ ചേർന്ന പാമ്പുകളെപ്പോലെ കെട്ടുപിണഞ്ഞ് കിടന്നു. ഇരുനെടുവീർപ്പുകളും ഒരുമിച്ച് ഉയർന്നു താഴ്ന്നു. രണ്ട് ചുണ്ടുകളും ചുംബനങ്ങളാൽ കൂട്ടിമുട്ടി. ഓർമകൾ മറഞ്ഞു. കണ്ണുകൾ അടഞ്ഞു.

പിന്നീടെപ്പോഴോ, കണ്ണ് തുറക്കുമ്പോൾ, നഗ്നമായ ഇരുശരീരങ്ങൾ ഒരേ പുതപ്പിനുള്ളിൽ ചുരുണ്ടുകിടക്കുകയായിരുന്നു. ഞാൻ ഊർന്നു വന്ന വിയർപ്പുതുള്ളികൾ തുടച്ചുകൊണ്ട് ഒരു പുഞ്ചിരിയുടെ അലിവോടെ അവനിലേക്ക് ചേർന്നു കിടന്നു.

എല്ലാം ഇന്നലെ കഴിഞ്ഞ പോലെ! ഞാൻ കണ്ണുതുടച്ചു കൊണ്ടാണ് പുതിയ പുലരിയിലേയ്ക്ക് കണ്ണുതുറന്നത്. കണ്ണീരിന് പിന്നിൽ ഇന്നലെ അവനെ വീണ്ടും കണ്ടുവെന്നത് തന്നെ കാര്യം. അവൻ പുതുപ്പെണ്ണിനേയും കൊണ്ട് ബുള്ളറ്റിൽ കറങ്ങാനിറങ്ങിയതായിരുന്നു. ഞാനിരുന്ന അതേ ഇടം. ഞാൻ ചുറ്റിപ്പിടി

ച്ചിരുന്നത് പോലെയുള്ള അതേ ഇരുത്തം. എന്റെ കണ്ണുകൾ നിറയാൻ വേറെന്തു വേണം! ഏറെ നേരം ടൗണിലെ പലഹാരക്കടയിൽ ചായ കുടിച്ചിരുന്ന അവരെ ഞാൻ അസൂയയോടേയും സങ്കടത്തോടേയും, മറഞ്ഞ് നിന്ന് നോക്കി.

എന്റെ നാലു വയസുകാരൻ മകൻ പിന്നിൽ നിന്ന് ഓടി വന്ന് കെട്ടിപ്പിടിച്ചപ്പോൾ ഞാൻ കണ്ണുകൾ തുടച്ചു. ചെറിയ ചിരി വരുത്തി അവനേയും കൊഞ്ചിച്ച് ഷോപ്പിങ്ങിന് വന്ന കടയിലേക്ക് ഞാൻ തിരിച്ചു കയറി.

“അഭിജിത്ത് ഭാര്യയേയും കൂട്ടി ആ വഴി പോയിരുന്നു, അല്ലേ?” പിറകിൽ നിന്ന് കേട്ട ശബ്ദം ആരുടേതെന്ന് അറിയാമായിരുന്നതിനാൽ ഞാൻ തിരിഞ്ഞു നോക്കിയില്ല.

“ഞാൻ കണ്ടു.” അത് പറഞ്ഞപ്പോൾ എനിക്കവളെയൊന്ന് കെട്ടിപ്പിടിക്കണമെന്ന് തോന്നി. ആളുകൾ ചുറ്റും നിൽക്കുകയായിരുന്നതിനാൽ അവളെന്റെ കൈയിൽ മുറുക്കെപ്പിടിക്കുക മാത്രം ചെയ്തു. പക്ഷേ, അതിലും ഞാൻ ആശ്വാസം കൊണ്ടു, സമാധാനപ്പെട്ടു, സുഖമായുറങ്ങി.

“അവനെ മറന്നില്ലെങ്കിൽ പിന്നെ എന്തിന് എന്റെ ജീവിതം നശിപ്പിക്കാൻ ഇങ്ങോട്ട് കയറി വന്നു?” ഉറക്കത്തിൽ നിന്നുണർത്തിയ ആ ചോദ്യം എന്നെ സങ്കടപ്പെടുത്തിയില്ല. പലപ്പോഴും ഞാൻ കേൾക്കുന്നത് തന്നെയാണല്ലോ.

“രാത്രി മുഴുവൻ എന്റെ അഭീ എന്ന് മാത്രമായിരുന്നു വിളി. എന്തെങ്കിലും ഓർമ്മയുണ്ടോ? മനുഷ്യൻ സഹിക്കുന്നതിന് ഒരു പരിധിയുണ്ട്.” അതും പറഞ്ഞ് അവൾ അകത്തേക്ക് കയറുമ്പോൾ എനിക്ക് ചിരി വന്നു.

കുറച്ച് കഴിയുമ്പോൾ, ‘നിങ്ങളിങ്ങനെ വിഷമിക്കല്ലേ’ എന്നും പറഞ്ഞ് വരാനുള്ളൊരു പോക്കാണ് അവൾ കയറിപ്പോയതെന്ന് എനിക്കറിയാം. അതാണ് ഇങ്ങനെയൊരു അവസ്ഥയിലായിരുന്നിട്ടും ഞാൻ ചിരിച്ചു പോയത്. ആദ്യമൊന്നും അവൾക്ക് ഒന്നും മനസിലായിരുന്നില്ല. ഒടുവിൽ ഡോക്ടേഴ്സിനോട് എല്ലാം തുറന്ന് പറഞ്ഞ് അവരിൽ നിന്ന് കേട്ടറിഞ്ഞ വഴികളുമായി, അപ്പോഴേക്ക് രണ്ട് വർഷത്തോളമെത്തിയ, അവളുടെ ‘കുഞ്ഞെ’ന്ന ആഗ്രഹ സഫലീകരണത്തിന് ഐവിഎഫ് എന്ന സാധ്യത മാത്രമേ മുന്നിലുള്ളൂവെന്ന് പറയുവാൻ ചെല്ലുമ്പോ

ഴാണ് കാര്യങ്ങളൊക്കെ അവളറിയുന്നത്.

എനിക്കൊരിക്കലും ഒരു സ്ത്രീയോട് ഇണ ചേരാൻ കഴിയില്ലെന്ന് കേട്ടപ്പോൾ അവൾ പൊട്ടിക്കരഞ്ഞു.

ഒരുപക്ഷേ, നിർബന്ധപൂർവ്വം എനിക്കതിന് കഴിഞ്ഞേക്കുമായിരുന്നു. എന്നാലത്, ഞാൻ സ്വയമെന്നെ മാനഭംഗപ്പെടുത്തുന്നതിൽ കുറഞ്ഞ് മറ്റൊന്നിലേക്കും വഴി വയ്ക്കില്ല.

അവളുടെ ജീവിതം നശിപ്പിച്ചു കളഞ്ഞ രണ്ട് നീചന്മാരായി അഭിജിത്തും കിഷോറും ആ വീടിന്റെ ചുമരുകളിൽ കിടന്ന് ശാപം ഏറ്റു വാങ്ങി.

എങ്കിലും കുറച്ചു കഴിയുമ്പോൾ കണ്ണുതുടച്ചു കൊണ്ട് അവൾ കേറി വരും. പിന്നെ പതുക്കെ പറയും,

"നിങ്ങൾ വിഷമിക്കണ്ട. ഞാനുണ്ടല്ലോ കൂടെ." ഞാൻ ചിരിക്കും.

പിന്നെയും ഓർക്കുമ്പോൾ എന്റെയുള്ളിലെ സ്നേഹം മുഴുവനും അവനുള്ളതായി തോന്നും. അവനെക്കുറിച്ചോർക്കുമ്പോൾ വികാരങ്ങൾ നിറയുന്നതായി തോന്നും. വീട്ടുകാരും നാട്ടുകാരും അനുവദിച്ചു തരികയാണെങ്കിൽ മറ്റെന്തിനെയും ഉപേക്ഷിച്ചു കൊണ്ട് ശേഷിച്ച കാലമെങ്കിലും അവനൊപ്പം ജീവിക്കുമെന്ന് തോന്നും.

എങ്കിലും എന്റെ ജീനാ, നിന്നെ ഉപേക്ഷിക്കുവാനും എനിക്കാകില്ലെന്ന് തോന്നും. നീയെനിക്ക് ആരെന്ന് ഇപ്പോഴും അറിയില്ലെങ്കിലും.!

"ഒടുവിലെന്റെ ആകാശം
നീയല്ലെന്ന് ഞാനറിയും.
പ്രേമാന്ധതയിൽ നിന്ന്
ഞാൻ മോചിക്കപ്പെട്ടും;
പക്ഷേ, നീയോ?!"

ഇത് എന്തുതരം കളിയാണ്?

മടുപ്പ് തുടങ്ങിയിട്ട് കുറച്ചധികം ദിവസമായിരിക്കുന്നു. ജീവിതത്തിന്റെ പുതിയൊരു വേനലിലേക്കാണ് ചെന്ന് കയറിയിരിക്കുന്നത്. ആദ്യമൊക്കെ നഗരജീവിതത്തിന്റെ ആഡംബരങ്ങൾ, രാത്രി ഏറെ വൈകിയും നിറഞ്ഞോടുന്ന നിരത്തുകൾ, രാവിലെ ഉറക്കത്തിൽ നിന്ന് പിടിച്ചെഴുന്നേൽപ്പിക്കുന്ന ട്രാഫിക്കിലെ ഹോണടികൾ ഒക്കെയും ഹരമായിരുന്നു. മനുഷ്യർ തിങ്ങി നിറഞ്ഞ് ജീവിക്കുന്ന ചേരികളിലേക്ക് പോലും വെറും കാഴ്ച കണക്കിന് പോകുമായിരുന്നു. ഇപ്പോൾ ഈ മുംബൈ മഹാനഗരത്തിലെ തിരക്ക് പിടിച്ചോടുന്ന മനുഷ്യർക്കൊപ്പമുള്ള ജീവിതം മടുപ്പ് മാത്രം ഉള്ളിൽ നിറയ്ക്കുന്നു.

അവൻ കുറച്ചുനേരം ബാൽക്കണിയിലേക്ക് ഇറങ്ങി നിന്നു. രാത്രി ഇപ്പോൾ ഇങ്ങനെയൊക്കെയാണ്. പ്രത്യേകിച്ചും, ടീന പോയതിന് ശേഷം. അവളുമായി ഉണ്ടായിരുന്നത് വളരെ മനോഹരമായ ഒരു പ്രണയകാലമായിരുന്നു. എത്രയോ വട്ടം ഓഫീസിൽ നിന്നിറങ്ങി അവൾ ഈ ഫ്ലാറ്റിലേക്ക് വന്നിട്ടുണ്ട്, പാചകം ചെയ്ത് തന്നിട്ടുണ്ട്, ഒരുമിച്ച് കിടന്നുറങ്ങിയിട്ടുണ്ട്! എന്നിട്ടും അവൾക്കൊരു കുട്ടിയുണ്ടെന്നോ, കുടുംബമുണ്ടെന്നോ, അവൾ അവ

രെയൊന്നും ഉപേക്ഷിച്ചിട്ടില്ലെന്നോ അറിഞ്ഞതേയില്ല.

ഒരു ദിവസം രാത്രിയിൽ ടീന ഒന്നും പറയാതെ കയറിവന്നു. കോളിങ് ബെൽ മുഴങ്ങിയപ്പോൾ പാതി മയക്കത്തിൽ നിന്നെണീറ്റാണ് വാതിൽ തുറന്നത്.

"എന്താ നീ ഈ അസമയത്ത്?" അവൻ അറിയാതെ ചോദിച്ചുപോയി. അപ്പോൾ ചുമരിലെ സമയം തെറ്റിയ ക്ലോക്ക് പതിനൊന്നര ആയിട്ടല്ലേയുള്ളൂവെന്ന് കൂകി വിളിച്ചു.

"എനിക്ക് നിന്നെ ഇപ്പോൾ തന്നെ കാണാൻ തോന്നി പ്രണവ്. എന്തേ, അത് പാടില്ലെന്നുണ്ടോ?" അവൾ അകത്ത് കയറി വാതിലിന്റെ കൊളുത്ത് ഇടുന്നതിനിടയിൽ ചോദിച്ചു.

"അങ്ങനെയല്ല. ഈ നേരത്തിങ്ങനെ പതിവില്ലല്ലോ, അതാ."

"പെട്ടന്ന് കാണാൻ തോന്നി. തോന്നിയപ്പോൾ തന്നെ ഞാനൊരു യൂബർ എടുത്തിങ്ങ് പോന്നു. ഇതാ നമുക്ക്, ഇത് കഴിച്ചുകൊണ്ട് സംസാരിക്കാം." ടീന ഒരു ബിയർ ബോട്ടിൽ ബാഗിൽ നിന്നെടുത്ത് വച്ച് പറഞ്ഞു.

കുടിച്ചു! ഇല്ലെന്ന് പറഞ്ഞാൽ കള്ളമാകും. രണ്ടുപേരും കുടിച്ചിരുന്നു. എങ്കിലും ലഹരി മറയാൻ തരത്തിൽ ഒന്നും ഉണ്ടായിരുന്നില്ല. പിന്നെ പതുക്കെ എണീറ്റ് ഉടലുകൾക്ക് മേലെ ഉടലുകൾ ചേർത്ത് നൃത്തം വയ്ക്കാൻ തുടങ്ങി. ആ നൃത്തം അവസാനിക്കുമ്പോഴേക്ക് രണ്ടുപേരും അവശതയോടെ കട്ടിലിലേക്ക് അടർന്നു വീണിരുന്നു.

ഉണർന്നപ്പോൾ, വിവസ്ത്രരായി കിടന്ന ആ രണ്ടുപേർ ലജ്ജയോടെ പരസ്പരം നോക്കി ചിരിച്ചു. ജീവിതത്തിന് ലഹരി കൂടുന്നതായി തോന്നി!

പ്രണവിന് അതൊക്കെയും മറന്നാൽ കൊള്ളാമെന്നുണ്ട്. പക്ഷേ, ഒന്നും ഹൃദയത്തിൽ നിന്നിറങ്ങി പിടിവിട്ട് പായുന്നില്ല. തൽക്കാലത്തേക്കെങ്കിലും ഇതിൽ നിന്നൊക്കെ ചിന്തകളെ പിന്നോട്ട് എടുക്കുന്നതിന് വേണ്ടി അവനിപ്പോൾ പുതിയ ചില ശീലങ്ങൾ തുടങ്ങിയിട്ടുണ്ട്.

ഒളിഞ്ഞു നോട്ടം! കേൾക്കുമ്പോൾ അയ്യേ എന്ന് തോന്നും. പക്ഷേ, അടുങ്ങിയടുങ്ങിയുള്ള ഫ്ലാറ്റുകൾക്കിടയിലൂടെ അപ്പുറത്തെ വീടിന്റെ ജനാലയ്ക്കുള്ളിലേക്ക് എത്തി നോക്കുമ്പോഴുള്ളൊരു സുഖമുണ്ട്! പറഞ്ഞറിയിക്കാൻ വയ്യാത്തത്! ചില ജനാലകൾ

ഭാര്യാഭർത്താക്കന്മാരുടെ ആലിംഗനത്താൽ ബദ്ധമാകുന്ന സമയമാകും അത്. മറ്റ് ചിലത് കുഞ്ഞുങ്ങളുടെ ഓടിക്കളിയിലും കാർട്ടൂൺ കാണലിലും ശബ്ദമയമാകും. എന്നാലും, മിക്കയിടങ്ങളിലും പാത്രങ്ങളുടെ പൊട്ടിച്ചിരികളും മിക്സികളുടെ അട്ടഹാസങ്ങളും കുക്കറിന്റെ വിസിലുകളും മാത്രമാകും ഉണ്ടാകുക. ഒക്കെയും ആവർത്തന വിരസതയിൽ കൊണ്ട് ചെന്ന് തള്ളും. പിന്നെ ചിലപ്പോൾ മാത്രം കാമുകീകാമുകന്മാരുടെ ചുംബനങ്ങൾ കാണാം. അത് വീണ് കിട്ടുന്ന അവസരങ്ങളാണ്, വല്ലപ്പോഴുമേ ഉണ്ടാകൂ. പിന്നെ എത്ര നോക്കരുതെന്ന് കരുതിയാലും അറിയാതെ നോട്ടം അവിടേക്ക് പായും.

പ്രണവ് ബാൽക്കണിയിലെ തണുത്ത കാറ്റേറ്റ് പതിവ് ഒളിച്ചു നോട്ടത്തിലേക്ക് കടന്നു. ഇന്നൊരു വീണ് കിട്ടിയ അവസരം തന്നെയാണ്. എതിർവശത്തെ ഫ്ലാറ്റിന്റെ കർട്ടൻ നീക്കിയിട്ട ജനാലയിലൂടെ അവനത് കാണാം. വിവസ്ത്രരായ രണ്ടു പേർ! അവർ ഡൈനിംഗ് ടേബിളിലിരുന്ന് പരസ്പരം ഭക്ഷണം വിളമ്പി കഴിക്കുകയാണ്. പ്രണവിന് ആ കാഴ്ച വിചിത്രമായി തോന്നി. കാമുകനും കാമുകിയുമാണ്. അതിൽ സംശയം ഒന്നുമില്ല. അവൻ ബ്രഡിൽ ജാം പുരട്ടി അവൾക്ക് കൊടുക്കുന്നുണ്ട്. ആ കാഴ്ചയിലെത്തിയപ്പോൾ പ്രണവ് പതിയെ നടന്ന് ചെന്ന് വീണ്ടും ടീനയിലേക്കെത്തി.

അവൾ വന്ന ആ അവസാന ദിനം.

ഓറഞ്ചിൽ പച്ച പൂക്കളുള്ള ഷിഫോൺ സാരിയായിരുന്നു അവളുടെ വേഷം. പുറത്ത് നല്ല മഴയായിരുന്നതിനാൽ, വെള്ളം നനഞ്ഞൊലിച്ച് സാരി അവളുടെ ഉദരത്തിനോട് ഒട്ടിച്ചേർന്ന് നിന്നിരുന്നു. സമയം തെറ്റിയുള്ള വരവിൽ അവനൊന്ന് ഞെട്ടിയെങ്കിലും ഈ കുളിരുള്ള ദിവസത്തിൽ അവൾ വന്നതിൽ ശരിക്കും അവന് സന്തോഷമുണ്ടായിരുന്നു. ഒന്നുചേരലിന്റെ സഹസ്രാബ്ദങ്ങൾ കഴിഞ്ഞിട്ടുണ്ടാകണം. അവനിൽ നിന്ന് കുറേ ജീവബിന്ദുക്കൾ ഇറങ്ങിപ്പോയി. അവളിൽ അവയൊക്കെയും പ്രവേശിച്ചുവോ എന്നറിയില്ല. പക്ഷേ, രണ്ടുപേരും അവശരായിക്കഴിഞ്ഞിരുന്നു.

അവൾ പതിയെ എഴുന്നേറ്റു.

ഇടതൂർന്ന് വളർന്ന് കിടക്കുന്ന വള്ളിച്ചെടി പോലുള്ള കേശഭാരത്തെ വാരിക്കെട്ടി വച്ചു. നഗ്നമായ ഉടലാലെ തന്നെ അടു

ക്കളയിലേക്ക് പോയി ബ്രഡും ജാമും എടുത്ത് വന്ന്, വെറും നിലത്ത് ചമ്രം പണിഞ്ഞിരുന്ന്, അവന്റെ തല മെല്ലെ പൊന്തിച്ചു.

"എനിക്കൊരു കാര്യം പറയാനുണ്ട്." അവളുടെ മധുരമായ ആ ശബ്ദം ഇപ്പോഴും അവന്റെ കാതിലുണ്ട്.

"എന്താത്?" അവൻ അവളുടെ പതുങ്ങലിൽ കൗതുകപൂർവ്വം മുഖമുയർത്തി നോക്കി.

"ശ്രദ്ധിച്ച് കേൾക്കൂ. ഞാൻ വിവാഹിതയാണ്." അവൾ അവന്റെ മുഖത്തേക്ക് നോക്കി.

"ഈ രാത്രി കേറിവന്ന് എന്നെ ലഹരി പിടിപ്പിച്ചിട്ട് നീ ഇങ്ങനെ തമാശ പറയാതെ." അവൻ ചിരിച്ചു തള്ളി.

"എനിക്ക് ഒരു കുഞ്ഞുമുണ്ട്. അവൾക്കിപ്പോൾ അഞ്ച് വയസായി." അവൾ അവന്റെ ചിരിയൊന്നും ശ്രദ്ധിക്കാതെ പറഞ്ഞു.

അവന്റെ മുഖം കറുത്തു, ഹൃദയം നുറുങ്ങി! മറ്റെന്തും അവൻ സഹിക്കും, ക്ഷമിക്കും, മറക്കും. പക്ഷേ, സ്നേഹത്തിൽ പൊതിഞ്ഞ ചതി! അതവന് പൊറുക്കാനാകില്ല. മറക്കാനാകില്ല.

നിശബ്ദതയിൽ അവനിരുന്നത് വെറുപ്പ് തോന്നിയിട്ടാണ്.

"ജീവിതം തന്നെയൊരു തമാശയല്ലേ കുഞ്ഞേ. നീയിതൊക്കെ ഒരു തമാശയെന്ന് കണ്ട് മറന്നേക്കണം." അവൾ പറഞ്ഞു.

"എന്തുകൊണ്ട് നീ ഇതൊന്നും എന്നോട് പറഞ്ഞില്ല?" പ്രണവ് ഓരോ വാക്കിലും ഭാരമുള്ള പാറകൾ എടുത്ത് വച്ചു കൊണ്ട് ചോദിച്ചു.

"പറഞ്ഞിരുന്നെങ്കിൽ നീ എനിക്ക് സ്നേഹം തരുമായിരുന്നോ? നിന്റെ ശരീരം എന്നെ തൃപ്തിപ്പെടുത്തുമായിരുന്നോ?" അവൾ മുനകളുള്ള ചോദ്യം എറിഞ്ഞു.

അപ്പോൾ നീ എന്നെയൊരു വേശ്യയ്ക്ക് തുല്യമായി മാത്രമാണോ കണ്ടതെന്ന് ചോദിക്കാൻ അവന്റെ നാവ് തരിച്ചതാണ്. പക്ഷേ, ചോദിച്ചില്ല.

"നാളെ മുതൽ ഞാൻ വരില്ല. ബന്ധങ്ങൾ കൂടുതൽ വഷളാകും മുൻപ് നിർത്തുന്നതല്ലേ നല്ലത്. എന്റെ മോൾക്ക് എന്നെ മിസ്സ് ചെയ്ത് തുടങ്ങി. നീ സ്വയം സന്തോഷം കണ്ടെത്തുക. എന്നെ മറക്കുക." അത്രയും പറഞ്ഞ് ചമ്രം പടിഞ്ഞിരുന്ന അവൾ എഴുന്നേറ്റു. നഗ്നമായ ഉടലിലേക്ക് വസ്ത്രങ്ങളെ ആനയിച്ചു.

അവൻ ആ ചതി മറന്നു കളയാൻ ശ്രമിച്ചുകൊണ്ടിരിക്കുകയാണ്. അപ്പുറത്തെ ഫ്ലാറ്റിലെ നഗ്നരായ കമിതാക്കളെ അവൻ സൂക്ഷിച്ചു നോക്കി. അവരിലൊരാളിൽ ചതി ഒളിഞ്ഞിരിപ്പുണ്ടാകുമോ? ഇല്ലെന്ന് വിശ്വസിക്കുവാനാണ് ഓരോ കമിതാക്കളെ കാണുമ്പോഴും അവൻ ആഗ്രഹിക്കുന്നത്. കാരണം, ചതി നൽകുന്ന മുറിവ് അത്ര എളുപ്പത്തിലൊന്നും മാഞ്ഞ് പോകില്ലല്ലോ!

അവർ ബ്രഡ് കഴിച്ച് തീർന്നുവെന്ന് തോന്നി. അവൻ എഴുന്നേറ്റ് അവളുടെ അടുത്ത് ചെന്നു. പ്രണവിന് ഒക്കെയും വ്യക്തമായി കാണാം. ആ ചെറുപ്പക്കാരൻ പെൺകുട്ടിയെ അമർത്തിച്ചുംബിക്കുകയാണ് ഇപ്പോൾ. കാണുമ്പോൾ തന്നെ എത്ര മധുരമുള്ള ചുംബനം.

ചുംബിച്ചു കൊണ്ട് തന്നെ അവൻ ഡൈനിംങ് ടേബിളിലേക്ക് കൈകൾ നീക്കി. അവിടെ നിന്ന് ഒരു ഫോർക്ക് എടുത്തു. പിന്നെ പതുക്കെ ചുണ്ടുകളിൽ നിന്ന് ചുണ്ടുകൾ പിൻവലിച്ച്, അവളുടെ മുലയിലേക്ക് ഫോർക്ക് കുത്തിയിറക്കി. അതിൽ നിന്ന് മുറിഞ്ഞു വന്ന ഒരു കഷ്ണം മാംസമെടുത്ത് അവൻ വായിൽ വച്ചു.

പ്രണവ് കണ്ണ് പൊത്തിപ്പോയി!

“എന്തുതരം കളിയാണോ ഈ കുട്ടികൾ കളിക്കുന്നത്?” അവൻ പിറുപിറുത്ത് കൊണ്ട് അകത്തേക്ക് കയറി.

കൈയിലിരുന്ന ബിയർ ബോട്ടിൽ കാലിയായപ്പോൾ അവൻ കട്ടിലിലേക്ക് വീണു. എല്ലാം നിശബ്ദം. ഗാഢനിദ്രയുടെ കൈപ്പിടിയിലമർന്നപ്പോൾ അവനൊന്ന് ചുമച്ചു. കണ്ണിൽ തറച്ച രണ്ട് നഗ്നരൂപങ്ങളുടെ കാഴ്ച ഉള്ളിൽ നിന്ന് പുറത്ത് കളയുകയായിരുന്നു ആ ചുമയുടെ ലക്ഷ്യം. പക്ഷേ, ചുമയ്ക്കപ്പുറം നിന്ന് കയറി വന്നത് ടീനയുടെ അവസാനത്തെ വരവായിരുന്നു.

അവൾ ഉപേക്ഷിച്ചു പോകുകയാണെന്നറിഞ്ഞപ്പോൾ പ്രണവിന്റെ ഉള്ള് നീറി. അതിനൊപ്പം വഞ്ചനയുടെ കൊടിയ വിഷം കൂടിയായപ്പോൾ അവന് സഹിക്കാനായില്ല. അവനവളുടെ കഴുത്തിന് പിടുത്തമിട്ടു. ശ്വാസം കിട്ടാതെ കിടന്ന് പിടയുന്നതിനിടയിലും അവൾ ചോദിച്ചു,

“ഇതായിരുന്നോ നിനക്ക് സ്നേഹം?”

അവൻ അതിന് മറുപടിയായി ഒരു മറുചോദ്യമിട്ടു,

“നിന്റെ സ്നേഹത്തെക്കുറിച്ച് ഞാൻ ചോദിക്കുന്നില്ല. കാരണം,

നിനക്ക് സ്നേഹമെന്തെന്ന് അറിയില്ല. പക്ഷേ, ഇതായിരുന്നോ നിനക്ക് കാമം?"

അതിന് മറുപടി ഒന്നുമുണ്ടായില്ല. പരിശോധിക്കുമ്പോഴേക്ക് ശ്വാസം നിലച്ചിരുന്നു. എല്ലാം എത്ര വേഗം കഴിഞ്ഞു.

അവൻ ചിരിച്ചു. പൊട്ടിച്ചിരിച്ചു. ആരും ഒന്നും അറിഞ്ഞതേയില്ല.

മയക്കത്തിൽ നിന്ന് ഒന്ന് ഞെട്ടിയപ്പോൾ അവൻ ബാൽക്കണിയിലേക്ക് ഓടി. നഗ്നരായ കമിതാക്കളുടെ സ്ഥാനത്തിപ്പോൾ ഒരാൾ മാത്രം അവശേഷിക്കുന്നു. അവൾ അവിടെങ്ങുമില്ല. അവനിപ്പോൾ കത്തിയും മുള്ളുമെടുത്ത് സ്വന്തം കാലിലെ മാംസം മുറിച്ചെടുത്ത് ചവയ്ക്കുന്നു. അതിനിടയ്ക്ക് ഒന്ന് പാളി പുറത്തേക്ക് നോക്കുന്നു. ദൃഷ്ടിയിൽ താൻ പതിഞ്ഞുവെന്ന് കണ്ട് പ്രണവ് അകത്തേക്ക് ഓടുന്നു. ആ നഗ്നന്റെ രക്തം നിറഞ്ഞ നാക്ക് പിന്നാലെ ഓടുമ്പോലെ തോന്നുന്നു. പ്രയാസപ്പെട്ട് കണ്ണടച്ചും തുറന്നും നേരം വെളുപ്പിക്കുന്നു.

പോലീസ് ജീപ്പിന്റെ സൈറൺ വിളികൾ കേട്ടാണ് രാവിലെ പ്രണവ് ഫ്ലാറ്റിന്റെ വാതിൽ തുറന്ന് പുറത്തേക്കിറങ്ങുന്നത്.

"അപ്പുറത്തെ ഫ്ലാറ്റിൽ രണ്ടുപേർ നഗ്നരായി മരിച്ചു കിടക്കുകയാണത്രേ. ആണും പെണ്ണുമാണ്. പെണ്ണിന്റെ മുലയൊക്കെ മുറിച്ചെടുത്ത പോലെ കിടക്കുകയാണെന്ന്." അടുത്ത ഫ്ലാറ്റുകളിലെ ആരൊക്കെയോ പരസ്പരം വിളിച്ചു പറയുന്നത് പ്രണവ് കേട്ടു. അവൻ ഞെട്ടിയില്ല. അവൻ എല്ലാം കണ്ടതാണല്ലോ. പക്ഷേ, ആ കുട്ടികൾ മരിക്കാൻ വേണ്ടി കളിച്ച കളികളാണ് ഇതൊക്കെയെന്നത് അവനെ ഞെട്ടിച്ചു.

പടികൾ കയറി വരുന്ന പോലീസ് ബൂട്ടിന്റെ ശബ്ദം കേട്ടപ്പോൾ പ്രണവ് അകത്ത് കയറി കതകടച്ചു. അവനറിയാം, അവൻ പിടിക്കപ്പെടാൻ പോകുകയാണെന്ന്. അപ്പുറത്തെ മരണവുമായി ബന്ധപ്പെട്ട് എന്തായാലും പോലീസ് സിസിടിവി പരിശോധിക്കും. മുൻപുള്ളതും പരിശോധിക്കും. അവരതിൽ ടീനയെ കാണും. അവളിവിടെ വന്നും പോയും നിന്നതൊക്കെയും സെക്യൂരിറ്റി പറയും. അവളുടെ ഭർത്താവ് കൊടുത്ത പരാതിയിൽ പോലീസ് കിടന്ന് കറങ്ങും. എല്ലാം അവസാനിക്കാൻ പോകുകയാണ്. എന്നായാലും പിടിക്കപ്പെടുമെന്ന് അവനറിയാം.

അപ്പോഴേക്ക് കോളിങ് ബെൽ മുഴങ്ങി.

പോലീസ് തന്നെയാണ്. അവനറിയാം!

അവൻ ഡോർ തുറന്നു.

കാക്കിയിട്ട കുറേ പോലീസുകാർ അകത്തേക്ക് കയറി. അവർ മുറി മുഴുവൻ പരിശോധിച്ചു. അവൻ ഒന്നും മിണ്ടാതെ അവർക്ക് നടുവിൽ തല കുനിച്ച് പടികളിറങ്ങി. ഓരോ ചുവടിനും ഭാരമുണ്ടായി.

ജീപ്പിൽ കയറി തലകുനിച്ചിരിക്കുമ്പോൾ ആരുടേയും നോട്ടം വന്ന് അവനിൽ പതിച്ചിരുന്നില്ല. അവന്റെ കണ്ണുകൾ ദൂരെയെവിടെയോ ആയിരുന്നു. പക്ഷേ, മനസ് എവിടെയുമുണ്ടായിരുന്നില്ല.

കാറ്റിനൊപ്പം ഓടിവന്ന അവളുടെ മകളുടെ കരച്ചിലിനോട് അവൻ പറഞ്ഞു,

“എനിക്ക് കുറ്റബോധമില്ല.”

ചൈത്രം ബിൽഡിംങിന്റെ പന്ത്രണ്ടാം നിലയിലെ നാല് സി ഫ്ലാറ്റിൽ രണ്ട് മുലകളും അരിഞ്ഞെടുത്ത നിലയിൽ കാണപ്പെട്ട ഒരു സ്ത്രീയുടെ ശരീരത്തിനടുത്ത് തുടയിൽ നിന്ന് രക്തം വാർന്നൊലിച്ച് തന്റെ ജീവനില്ലാത്ത ശരീരം കിടക്കുന്നത് പ്രണവ് അപ്പോഴും അറിയുന്നുണ്ടായിരുന്നില്ല!

"നാളേക്ക് നീട്ടിയാൽ
നാളാകും നാളിൽ നാം,
നീണ്ടുരുളുന്നതല്ലാതെ
ചെയ്യുമോ വല്ലതും?!"

ഒരില ചോറ്

ഉച്ചയ്ക്ക് ഇലയിടാൻ നേരത്താണ് വീട്ടിലേക്ക് കൊണ്ട് വന്നത്. അപ്പോഴും പൂനെയിലെ ഫ്ലാറ്റിൽ ആരെയോ കാത്തെന്നത് പോലെ സൊമാറ്റോ ഡെലിവർ ചെയ്ത ഒരില സദ്യ ഇരിപ്പുണ്ടായിരുന്നു.

ജോലി ഭാരം വല്ലാതെ കൂടുന്നുവെന്ന് ദീപക് പറഞ്ഞതോർത്ത് അമ്മ കരഞ്ഞു. മൃതദേഹം കെട്ടിപ്പിടിച്ച് വീണ്ടും വീണ്ടും പറഞ്ഞുകൊണ്ട് അമ്മ കരഞ്ഞു. ആരൊക്കെയോ ചേർന്ന് പിടിച്ചു മാറ്റിയെങ്കിൽ പോലും അവരുടെ മനസ്സിൽ മുഴങ്ങിയത് മകൻ പത്ത് ദിവസം മുൻപ് വിളിച്ചപ്പോൾ പറഞ്ഞ വാക്കുകളായിരുന്നു.

“അമ്മേ, ഓണത്തിനും ലീവ് കിട്ടിയില്ല.” അവന്റെ സ്വരത്തിൽ കടുത്ത നിരാശയുടെ പുകച്ചുരുൾ.

അമ്മ തന്റെ മറുപടി ഒരു ദീർഘനിശ്വാസത്തിൽ അവസാനിപ്പിച്ചു.

“അമ്മേ, എനിക്ക് മടുത്തമ്മേ. ഈ ജോലി എന്നെക്കൊണ്ട് പറ്റില്ല. തിരുവോണത്തിന് പോലും സ്വന്തം വീട്ടിലിരുന്ന് ഒരിലയിട്ട് ആഹാരം കഴിക്കാൻ പറ്റിയില്ലെങ്കിൽ പിന്നെ എന്തിനാ

ണമ്മേ ഞാൻ കഷ്ടപ്പെടുന്നത്?" ദീപകിന്റെ സ്വരം ദുഃഖത്തിലേക്ക് കൂപ്പുകുത്തി.

"മോനെ, ആദ്യമൊക്കെ ഇങ്ങനെ തന്നെയാടാ. ഇത്തിരി കഷ്ടപ്പെട്ടാലെ അതിനുള്ള ഫലം കിട്ടുള്ളൂ. നീ ഇങ്ങനെ ഓരോന്നിനും ഓടിയോടി ഇങ്ങോട്ട് വരേണ്ട കാര്യമുണ്ടോ. നോക്ക്, നിന്റെ താഴെ ഒരു പെൺകുട്ടിയാ ഉള്ളെ. അവളെ കെട്ടിച്ചു വിടുന്ന ഭാരമൊന്നും നിന്റെ തലയിൽ ഞങ്ങൾ ആക്കുന്നില്ല. പക്ഷേ, കുറഞ്ഞത് അവളുടെ എഞ്ചിനീയറിങ് പഠനം കഴിയും വരെയെങ്കിലും നീ ഒന്ന് സഹായിച്ചേ പറ്റൂ. നിനക്കിപ്പോൾ ഓണ സദ്യ കഴിക്കണം. അത്രയല്ലേ വേണ്ടൂ. അടുത്ത വരവിന് മൂന്ന് കൂട്ടം പായസം ഉൾപ്പെടെ നല്ലോരു സദ്യ ഞാൻ ഉണ്ടാക്കിത്തരാം." അമ്മയുടെ സംസാരം കേട്ട് ദീപകിന്റെ കണ്ണുകൾ നിറഞ്ഞു. അമ്മയ്ക്ക് ഒരിക്കലും തന്നെ മനസിലാക്കാൻ സാധിക്കില്ലെന്ന് അവൻ ഒരിക്കൽ കൂടി മനസിലാക്കിയ നിമിഷമായിരുന്നു അത്. പണ്ടും അമ്മയുടെ ഇഷ്ടത്തിനാണ് എല്ലാം നടന്നിരുന്നത്.

"മോനെ, നമ്മൾ എവിടെ ഇരുന്ന് ഉണ്ണുന്നോ അവിടെയാണ് ഓണം. അത്രേ ഉള്ളൂ. നിനക്ക് സദ്യ ഓർഡർ ചെയ്ത് വരുത്തിക്കാല്ലോ." ദീപകിന്റെ മൗനം അവസാനിപ്പിക്കുവാനെന്ന വണ്ണം അമ്മ പിന്നെയും പറഞ്ഞു. പക്ഷേ, അതുകൂടി കേട്ടപ്പോൾ അവൻ ഫോൺ കട്ട് ചെയ്യുകയാണുണ്ടായത്.

ഒറ്റമുറി ഫ്ലാറ്റിലെ ഏകാന്തതയെ മുഴുവനായി തന്റെ കണ്ണുകളിലേക്ക് കൊണ്ട് വന്ന് കട്ടിലിൽ മലർന്ന് കിടന്ന് ഫാൻ നോക്കുമ്പോൾ അവൻ, അമ്മ കാരണം ഉപേക്ഷിക്കേണ്ടി വന്ന പ്രണയത്തെ ഓർത്തു! തന്റെ സ്വപ്നമായിരുന്ന അധ്യാപന ജോലി ഓർത്തു! അമ്മമ്മയ്ക്കൊപ്പം കഴിയാൻ കൊതിച്ച നാളുകളോർത്തു!

ഇപ്പോൾ അവന്റെ ഓർമ്മകൾ ചെന്ന് നിൽക്കുന്നത് തൊടിയിലെ തുമ്പയിലേക്കും മുക്കുറ്റിയിലേയ്ക്കുമാണ്. അവ അവനെ നോക്കി ചിരിക്കുകയാണ്. ഇതാ ഞങ്ങളെ എടുത്തോളൂ എന്ന് പറയുന്ന പോലെ. അമ്മമ്മയുടെ കൈകളിൽ നിന്ന് വഴുതിയിറങ്ങി പൂക്കളുടെ അടുത്തേക്ക് ഓടുന്ന ആ നിമിഷത്തിലാണ് കോളിങ് ബെൽ അവനെ ഉണർത്തിയത്.

പുറത്തേക്ക് ചെന്നപ്പോൾ ഏതോ ഒരാൾ കൈയിലൊരു ഗിഫ്റ്റ് ബോക്സുമായി നിൽക്കുന്ന കാഴ്ചയാണ് അവൻ കണ്ടത്. ഡെലിവറി ബോയിൽ നിന്ന് സമ്മാനം കൈപ്പറ്റി, ആരാണ്

ഇത് അയച്ചതെന്ന് തലപുകഞ്ഞ് ആലോചിച്ചുകൊണ്ട് ദീപക് അത് തുറന്നു. സമ്മാനം കണ്ടപ്പോൾ അവനൊന്ന് ഞെട്ടി. പ്ലാസ്റ്റിക് പൂക്കളമായിരുന്നു അത്. വർഷാവർഷം ഉപയോഗിക്കാവുന്ന പൂക്കളം കണ്ടപ്പോൾ അവന് ചിരിയാണ് വന്നതെങ്കിലും ഏറ്റവും അടുത്ത സുഹൃത്തിന്റെ ഓണാശംസാ കുറിപ്പ് കണ്ടപ്പോൾ അവന്റെ മനസ്സിന് വല്ലാത്ത സന്തോഷം തോന്നി.

മൃതദേഹത്തിന് അരികിലിരുന്ന് അമ്മ പിന്നെയും കരയുകയാണ്. അടുക്കളയിൽ നിന്ന് പായസത്തിന്റെ മണം വന്ന് മൂക്കിലടിച്ചപ്പോൾ, താൻ ഒരു വാക്ക് പറഞ്ഞ് കൂടെ നിർത്തിയിരുന്നെങ്കിൽ മകനിപ്പോൾ ഈ കടുംകൈ ചെയ്യില്ലായിരുന്നുവെന്ന് അവർ ഓർത്തു. പെട്ടന്നാണ് മുറ്റത്ത് ഒരു മാവേലി പ്രത്യക്ഷനായത്. മാവേലി കൈ നീട്ടി ദീപകിനെ വിളിച്ചു, “വാ...”

മാവേലി പതിയെ കാലനായി രൂപാന്തരം പ്രാപിച്ചു. ഒരു ഞെട്ടലിൽ ദീപക് കണ്ണ് തുറന്നു. ഒന്ന് തലകുലുക്കി ബോധം വരുത്തി. അവൻ അടുത്ത് കിടക്കുകയായിരുന്ന ഫോണെടുത്തു. അതിലപ്പോഴും ജോലിഭാരം കാരണം ആത്മഹത്യ ചെയ്ത യുവതിയുടെ ചിത്രം നിറഞ്ഞ് കിടന്നു. അവൻ അത് മാറ്റിയ ശേഷം അടുത്ത ദിവസത്തേക്ക് ഓർഡർ ചെയ്തിരുന്ന ഇരുപത്തിയഞ്ച് വിഭവങ്ങൾ നിറഞ്ഞ സദ്യ കാൻസൽ ചെയ്ത് വളരെ വേഗത്തിൽ തന്നെ പൂനെയിൽ നിന്ന് സ്വന്തം നാടായ കോട്ടയത്തേക്ക് ബസ് ടിക്കറ്റ് ബുക്ക് ചെയ്തു. ബാഗ് പാക്ക് ചെയ്യുമ്പോൾ അശ്വിൻ തലേന്ന് സമ്മാനിച്ച പ്ലാസ്റ്റിക് പൂക്കളം എടുക്കാനും അവൻ മറന്നില്ല. “വീട്ടിലെ ചുമരിൽ തൂക്കാല്ലോ. നല്ല അലങ്കാരം ആയിരിക്കും. പക്ഷേ, മുറ്റത്ത് തൊടിയിലെ പൂക്കൾ തന്നെ മതി.” ചിരിച്ചു കൊണ്ട് അവൻ ചിന്തിച്ചു.

എമർജൻസി ലീവ് മെയിൽ ചെയ്യുമ്പോൾ അവന്റെ മനസ്സിൽ ഒന്നേ ഉണ്ടായിരുന്നുള്ളൂ, “ഇന്നല്ലെങ്കിൽ പിന്നെ എന്ന്?”

"മറവിയാവേശിച്ചൊളിച്ച് വച്ചാലും,
രോഗാതുര വേളയിൽ മിഴിച്ച് നിന്നാലും,
ക്രൂരത കാട്ടിയ കൊമ്പല്ലുകൾ,
പൂമൊട്ടെന്നതായി പരിണമിക്കില്ല!"

വിചാരണക്കൂട്

അയാൾ നടന്ന വഴികൾ ഞാൻ കണ്ടതാണ്!

സ്നേഹമെന്ന വാക്കിനാൽ എന്നെ കോരിയെടുത്ത സുന്ദരമായ ശബ്ദം ഞാൻ കേട്ടതാണ്!

നിനക്ക് വേണ്ടി ഞാനിതാ വരുന്നുവെന്ന് പറഞ്ഞ് നടവഴിയുടെ അങ്ങേ ഓരത്ത് എന്നെ ഇരുത്തിയിട്ട് പോയത് ഞാൻ ഓർത്തതാണ്!

ഏതോ പൂങ്കാവനത്തിൽ അയാൾ അകപ്പെട്ടുവെന്നറിയാതെ, നിന്റെ ഗർഭവും പേറി ഞാൻ കാത്തിരിക്കുന്നുണ്ടെന്ന് അറിയിക്കാൻ കഴിയാതെ പോയത് ഞാൻ മറന്നതാണ്!

അഞ്ച് ദിവസത്തെ പട്ടിണി ഒടുക്കുവാൻ വേണ്ടി ഞാനെന്റെ ശരീരത്തെ വില്പനച്ചരക്കാക്കിയപ്പോൾ അവിടെയും നീ വന്ന് എന്റെ മേൽ പണം എറിഞ്ഞു തന്ന് പോയതുമാത്രം ഞാൻ മറക്കില്ലെന്ന് അയാളോട് പറഞ്ഞതാണ്!

ഞാനെന്നോ മരിച്ചുപോയി.

ഉള്ളിൽ ഉടയാടകൾ ഒന്നുമില്ലാതെ ഞാനൊരു ശവമായി ജീവിച്ചു. അയാളൊരു ശവം തീനിയായും!

ദൈവത്തിന്റെ കോടതിയിൽ അവൾ എല്ലാം കുമ്പസരിച്ചു. അയാൾ പ്രതിക്കൂട്ടിൽ കയറി നിന്ന് തലകുനിച്ചു. നിഷേധിക്കാൻ ആവതില്ല. തറയിൽ ഉറുമ്പുകൾ വരി വയ്ക്കുന്നു. അയാളുടെ കണ്ണിൽ ഇരുട്ട് കയറി. അവളുടെ കണ്ണുകളിൽ നിന്ന് കണ്ണു

നീർ ഉരുണ്ടുവീണു. അത് അയാളുടെ നെറ്റിയിൽ വന്നു പതിച്ചു. അയാൾ പെട്ടെന്ന് കണ്ണുകൾ വലിച്ചു തുറന്നു!

ആൽമരത്തിന്റെ ചുവട്ടിൽ കിടന്ന് എപ്പോഴാണ് ഉറങ്ങിപ്പോയതെന്ന് അയാൾക്കറിയില്ല. മഴത്തുള്ളികൾ ദേഹത്തേയ്ക്ക് വീഴാൻ തുടങ്ങിയിരിക്കുന്നു. ഇനി ഇവിടെ കിടക്കാൻ കഴിയില്ല. അയാൾ തന്റെ ഭാണ്ഡക്കെട്ടെടുത്ത് നടപ്പാതയുടെ അരികിലെ കൂരയിലേക്ക് നടന്നു.

പൊട്ടിപ്പൊളിഞ്ഞ ഒരു പഴയ കൂര. ഞാനിവിടെയുണ്ടെന്ന് പറയാൻ അതിനിപ്പോൾ നാല് ചുമരുകൾ മാത്രമുണ്ട്. അതും പാതിയും നശിച്ചു പോയവ. ദ്രവിച്ചുപോയ ഓലകൾക്കിടയിലൂടെ വെള്ളം താഴേക്ക് വീഴാൻ തുടങ്ങിയപ്പോൾ അയാൾ കുറച്ചുകൂടി അകത്തേക്ക് കയറിനിന്നു.

കാർത്ത്യായനി ഇങ്ങനെ സ്വപ്നങ്ങളിലേക്ക് കടന്നുവന്ന് ഉറക്കം കെടുത്താൻ തുടങ്ങിയിട്ട് ഇപ്പോൾ മാസങ്ങൾ കഴിഞ്ഞിരിക്കുന്നു. മാസങ്ങൾ എന്നു പറയുമ്പോൾ, അമ്മാളു മരിച്ചതിനും ഏറെക്കാലത്തിന് ശേഷം.

അമ്മാളു! അവൾ എപ്പോഴാണ് മരിച്ചത്. ഓർമ്മയില്ല. ഓർമ്മകളെല്ലാം ഒരു യുഗം മുൻപേ എന്നെ ഉപേക്ഷിച്ച് ഓടിയല്ലോ എന്ന് അയാളോർത്തു.

അമ്മാളുവിനെ അയാൾ സ്നേഹിച്ചിട്ടുണ്ട്! പ്രണയിച്ചിട്ടുണ്ട്! അവൾ മരിച്ചപ്പോൾ പൊട്ടിക്കരഞ്ഞിട്ടുണ്ട്! പക്ഷേ, അവളോട് ഒരിക്കൽ പോലും നീതി കാണിച്ചിട്ടില്ല. അതയാൾക്ക് നന്നായിട്ട് അറിയാം. അമ്മാളുവിനെ താലി അണിയിച്ചശേഷവും അയാൾ കാർത്ത്യായനിയെയും ബാലാമണിയെയും സരസ്വതിയേയുമൊക്കെ തേടി പോയിട്ടുണ്ട്.

പക്ഷേ! അമ്മാളു മരിച്ചതിനുശേഷമുള്ള ആ ഒരു ഒറ്റപ്പെടൽ, മറികടക്കാനാകാത്ത ഏകാന്തത! തളംക്കെട്ടി നിൽക്കുന്ന മൗനം! അവയൊക്കെ മറക്കാനുള്ള ഊരുചുറ്റൽ, അഥവാ ആത്മശാന്തിക്കായുള്ള ഭിക്ഷാടനം! അതിനിടയിലേക്ക് അമ്മാളുവും അവളുടെ അന്ത്യശ്വാസവും അല്ലാതെ ഒന്നും കയറി വന്നിരുന്നില്ല.

അന്നൊക്കെ കണ്ണടയ്ക്കുമ്പോൾ അമ്മാളു കണ്ണിലേക്കിറങ്ങി വരുമായിരുന്നു.

ആദ്യരാത്രിയിൽ തൂവെള്ളസാരിയിൽ ചുവന്ന പൊട്ടുകളുള്ള ബ്ലൗസുമിട്ട് വന്ന അമ്മാളു ചിണുങ്ങിച്ചിണുങ്ങി ചോദിച്ചിരുന്നു,

"അതേയ്, ഞാൻ പോയാൽ ഒറ്റയ്ക്കാവില്ലേ്യ."

അയാൾ പെട്ടെന്ന് ഞെട്ടിയുണർന്ന് കരയുമായിരുന്നു അപ്പോഴൊക്കെ. അയാളുടെ ഹൃദയത്തിൽ വേദന വന്ന് നിറയുമായിരുന്നു.

ഒരിക്കൽ, മാന്തള്ളിപ്പറമ്പ് വഴി ഊര് ചുറ്റുന്നത് വരെ ഇത് തുടർന്നു. അതിനുശേഷമാണ് അമ്മാളു ഓർമ്മയുടെ ഉള്ളറകളിലേക്ക് ഊളിയിട്ടിറങ്ങിപ്പോകുകയും കാർത്ത്യായനി ദൈവത്തിന്റെ കോടതിയിലേക്ക് അയാളെ കയറ്റിയിറക്കുകയും ചെയ്യാൻ തുടങ്ങിയത്.

അന്ന്, അയാൾ മാന്തള്ളിപ്പറമ്പിലേക്ക് നടന്നത് ആഹാരം വല്ലതും ചെന്നിട്ട് മൂന്നുദിവസമായ വയറുമായാണ്. തെണ്ടി നടക്കാൻ തുടങ്ങിയശേഷം ആരും അയാളെ അടുപ്പിച്ചിരുന്നില്ല. ചിലരയാളെ ഭ്രാന്തനെന്ന് പോലും കരുതി. കുട്ടികൾ കൂകി വിളിച്ച് പിറകേ പാഞ്ഞു. ഏതോ ഒരു വികൃതിപ്പയ്യൻ എറിഞ്ഞ കല്ലു കൊണ്ട് നെറ്റിയിൽ നിന്ന് ചോര പൊടിഞ്ഞു വീണശേഷം അയാൾ കുട്ടികളെ കാണുമ്പോൾ നടന്നു. നടന്ന്, നടന്ന് എവിടേക്കെന്നറിയാതെ, അയാൾ മാന്തള്ളിപ്പറമ്പിലെ ഏതോ വീട്ടിലേക്ക് കയറിച്ചെന്നു.

വീണു പോകുമെന്നായപ്പോൾ കതക് തട്ടി യാചിച്ചു.

ആരോ പുറത്തേക്ക് വന്ന് അയാൾക്ക് പത്ത് രൂപയുടെ നോട്ട് കൊടുത്തു. അയാൾ ദയനീയമായി അവരുടെ മുഖത്തേക്ക് നോക്കി യാചിച്ചു,

"വല്ലോം തിന്നാൻ കൊടപ്പാ"

ആ വീട്ടിലെ സ്ത്രീയുടെ കണ്ണുകൾ നിറഞ്ഞു. അവർ ഇല വെട്ടിയെടുത്ത് മുറ്റത്തിട്ട്, അതിൽ കൂന പോലെ ചോറ് കൂട്ടിയിട്ട് നാല് കൂട്ടം കറികൾ നിരത്തിവെച്ച് അയാളെ ഊട്ടി. മതിയാവോളം ഭക്ഷിച്ചപ്പോൾ, ബാക്കിയുണ്ടായത് ആ സ്ത്രീ പൊതിഞ്ഞു കെട്ടി അയാളുടെ ഭാണ്ഡത്തിലാക്കിക്കൊടുത്ത ശേഷം പറഞ്ഞു,

"വിശക്കുമ്പോൾ കഴിക്കൂ. വിശപ്പ് തീർന്നില്ലെങ്കിൽ ഇനിയും പോരൂ. ഇവിടെ നിങ്ങൾക്കുള്ള ഭക്ഷണം എന്നുമുണ്ടാകും."

ആ വൃദ്ധന്റെ നര വീണ പീലികളുള്ള കണ്ണുകൾ ദുഃഖഭാരത്തോടെ തുടിച്ചു. അയാൾ കൈകൂപ്പി എഴുന്നേറ്റു.

പുറത്തേക്കിറങ്ങുമ്പോൾ എവിടേയ്ക്കാണ് പോകേണ്ടതെന്ന് അയാൾക്കറിയില്ലായിരുന്നു. എവിടെയാണ് നിൽക്കുന്നതെന്നോ, എങ്ങോട്ട് നടക്കണമെന്നോ, ഇനിയുമെത്ര ദൂരം പോകണമെന്നോ അയാൾക്കറിയില്ലായിരുന്നു. അയാൾ, തിരിഞ്ഞ് ആ സ്ത്രീയോട് ചോദിച്ചു,

"ഇതേത് സ്ഥലമാണ്?"

"മാന്തള്ളിപ്പറമ്പ്."

അത് കേട്ട മാത്രയിൽ, അയാളുടെ ഹൃദയത്തിലേക്ക് ഒൻപത് വയസ്സുകാരിയായ ഒരു പെൺകുട്ടി, നിറച്ച് ചുവന്ന പുള്ളികളുള്ള ഒരു പാവാടയുമിട്ട് കയറിവന്നു. അയാൾ അവളോട് ചോദിച്ചു,

"നിന്റെ വീട് എവിടെയാണ് കുട്ടീ?"

"മാന്തള്ളിപ്പറമ്പിലെ തോട്ടിൻകരയുടെ പുളിമരച്ചോട്ടിൽ നിന്ന് അഞ്ചാമത്തെ വീട്." ആ പെൺകുട്ടി ചിരിച്ചു കൊണ്ട് ഓടി.

"എന്തേ? ഇവിടെ ആരെങ്കിലും ഉണ്ടോ?" ആ സ്ത്രീ, ഗേറ്റിന് അടുത്തേക്ക് വന്നു നിന്ന് ചോദിച്ചു.

"ഒരു കാർത്ത്യായനി ഇവിടെ എവിടെയോ ഉണ്ടായിരുന്നില്ലേ? തോട്ടിൻകരയ്ക്കടുത്തുള്ള പുളിമരച്ചോട്ടിൽ നിന്ന് അഞ്ചാമത്തെ വീട്ടിൽ?" അയാൾ പ്രതീക്ഷയോടെ ആ സ്ത്രീയുടെ മുഖത്തേക്ക് നോക്കി.

"ഓ! അവരോ! അവർ ചത്തു പോയി. ഇപ്പോൾ ഒരു രണ്ടു മൂന്ന് ആഴ്ചയേ ആയിട്ടുള്ളൂ. ആരും അറിഞ്ഞില്ല. ഒരുദിവസം ആരോ പോയി നോക്കിയപ്പോൾ ചത്ത് കിടക്കുന്നു. പുഴുവൊക്കെ അരിച്ച്.." ആ സ്ത്രീ മനം പുരട്ടുന്നത് പോലെ പറഞ്ഞു.

"അവർക്ക് ആരുമുണ്ടായിരുന്നില്ലേ." അയാൾ വീണ്ടും ചോദിച്ചു.

"ആരുണ്ടാകാനാണ് ഇങ്ങനത്തെ ചീത്ത സ്ത്രീകൾക്കൊക്കെ. ഒരു മകൻ ഉണ്ടായിരുന്നത് പത്തിരുപത് വർഷം മുൻപേ ഇവിടുന്ന് പോയി. വേറെ ഏതോ നാട്ടിൽ പെണ്ണും കെട്ടി ജീവിക്കുന്നെന്നാ കേട്ടിട്ടുള്ളത്. ഞാനിങ്ങോട്ട് കെട്ടി വന്നതാണെ. അതിനും മുൻപാണ്. പിന്നെ അവൻ വല്ലപ്പോഴും മരുന്നിനെ

ന്നും പറഞ്ഞ് വല്ലതുമൊക്കെ ആരുടെയെങ്കിലും കൈയിൽ കൊടുത്തു വിടാറുണ്ടായിരുന്നു. അങ്ങനെയാരോ ചെന്ന് നോക്കുമ്പോഴാണ് ചത്ത് കിടക്കുന്നത് കണ്ടത്." ആ സ്ത്രീയുടെ ശബ്ദത്തിന് പുച്ഛത്തിന്റെ തെളിഞ്ഞ വട്ടം.

അയാൾ കൂടുതലൊന്നും സംസാരിക്കാതെ പുറത്തേയ്ക്ക് നടന്നു.

"എത്രയൊക്കെയായാലും എത്ര കുടുംബങ്ങളുടെ കണ്ണീര് വീണ ജന്മമാണ്. എത്ര സ്ത്രീകൾ അറിഞ്ഞ് ശപിച്ച, ശാപം ഏറ്റുവാങ്ങിയ ജന്തുവായിരുന്നു അവർ! ദൈവത്തിന്റെ കോടതി അവരെ വെറുതെ വിടുകയില്ല." ആ സ്ത്രീ പിറക്കുന്നത് നടത്തത്തിനിടയിലും അയാളുടെ ചെവിയിൽ വന്ന് പതിക്കുന്നുണ്ടായിരുന്നു. അയാളുടെ ഹൃദയം നൊന്തു. അന്ന് രാത്രി മുതൽ അയാളുടെ ഉറക്കങ്ങളിലെ ഇരുട്ടിനുള്ളിൽ കാർത്ത്യായനി കയറി വന്നു. അവൾക്ക് മുന്നിൽ ദൈവം കറുത്ത തുണികൊണ്ട് കണ്ണുമൂടിയ ദേവതയുടെ പ്രതിമയുമായി നിന്നു. ദൈവത്തിന്റെ കോടതിയെന്ന് പറഞ്ഞ് അയാളുടെ ഉള്ളിൽ വേവ് കയറ്റിയ ആ സ്ത്രീയും, അവർ പൊതിഞ്ഞു കൊടുത്തയച്ച ചോറിന്റെ ഇലയും അനക്കമില്ലാതെ അയാളുടെ ഭാണ്ഡക്കെട്ടിനുള്ളിൽ നിന്നിറങ്ങിപ്പോയി.

ആദ്യമൊക്കെ നീതിദേവതയുടെ കണ്ണുകൾ മൂടിക്കെട്ടിയ പ്രതിമ സ്വപ്നത്തിലേക്ക് ഇറങ്ങി വരുമ്പോൾ അയാൾ ഞെട്ടിപ്പിടഞ്ഞ് എഴുന്നേൽക്കുമായിരുന്നു. പിന്നെപ്പിന്നെ, എഴുന്നേൽക്കാൻ കഴിയാത്ത തരത്തിൽ ആ സ്വപ്നങ്ങൾ അയാളെ തളർത്തിയിടാൻ തുടങ്ങി. കൈകാലുകൾക്ക് ചലനമില്ലാതാകാൻ തുടങ്ങി. മണിക്കൂറുകളോളം കാർത്ത്യായനിയെ മാത്രം ഓർത്തിരിക്കാൻ തുടങ്ങി. പുറത്ത് മഴ ശക്തിയോടെ മിടിക്കുന്നു. അയാൾ പുറത്തേക്ക് നോക്കിനിന്നു. വാർദ്ധക്യത്തിന്റെ തിമിരം ബാധിച്ച ആ കണ്ണുകൾക്ക് താനിപ്പോൾ ബാല്യത്തിലെത്തിയത് പോലൊരു കുളിരുണ്ടായി.

ഉള്ളുകൊണ്ട് അയാളിലൊരു കുട്ടി വിടർന്നു വന്ന നിമിഷത്തിലേക്ക്, പല വർണ്ണങ്ങളിലുള്ള കുടയും ചൂടി ആ കൊച്ചു പെൺകുട്ടി നടന്നുവന്നു. ദ്രവിച്ചു തീരാറായ ജനൽപ്പാളികൾക്കിടയിലൂടെ, അയാളുടെ നോട്ടം ചെന്ന് അവളിൽ പതിച്ചു.

"കാർത്ത്യായനീ, വരൂ." അയാൾ വിളിച്ചു.

ആ കൊച്ചു പെൺകുട്ടി അത് കേട്ടതേയില്ല. അവൾ മഴവെള്ളം ചിന്നിത്തെറിപ്പിച്ച് മുന്നോട്ടേക്ക് നടന്നു.

അയാൾ നനഞ്ഞുകൊണ്ട് പുറത്തേക്ക് ഓടി. അപ്പോൾ മാത്രമാണ് ആ പെൺകുട്ടി അയാളെ കാണുന്നത്. അവൾ വിടർന്ന കണ്ണുകളോടെ അയാളെ നോക്കി. അയാൾ അവളുടെ കൈകളിൽ പിടിച്ച്, പൊളിഞ്ഞ കൂരയുടെ, ചോർന്നൊലിക്കാത്ത മൂലയിലേക്ക് ചേർത്തു നിർത്തി.

"മഴയല്ലേ." അയാൾ ചിരിച്ചു കൊണ്ട് അവളോട് പറഞ്ഞു.

"ഉം." അവൾ മഴത്തുള്ളികളിൽ തട്ടിക്കളിച്ചുകൊണ്ട് അയാളെ ശ്രദ്ധിക്കാതെ പറഞ്ഞു.

അയാൾ കണ്ണെടുക്കാതെ അവളെ നോക്കി നിൽക്കുകയായിരുന്നു. വെള്ള ബ്ലൗസും ചുവന്ന പാവാടയും മെടഞ്ഞു കിട്ടിയ തലമുടിയും. കാർത്ത്യായനി അയാളുടെ ഉള്ളിലേക്ക് കയറി.

പത്തമ്പത് വർഷങ്ങൾക്കു മുൻപുള്ള ഒരു വൈകുന്നേരം!

സ്കൂൾ കഴിഞ്ഞ് വരികയായിരുന്നു അയാളും കാർത്ത്യായനിയും. നടവഴിക്കപ്പുറം എവിടെയോ കൂട്ടുകാരെല്ലാം മറഞ്ഞു. മഴ ചാറാൻ തുടങ്ങിയപ്പോൾ കുട്ടി നിക്കറും നീളൻ ഉടുപ്പുമിട്ട്, സ്ലേറ്റ് നനഞ്ഞു പോകാതിരിക്കാൻ കൈകൾ കൊണ്ട് മറച്ചു പിടിച്ചിരുന്ന ആ ചെറുക്കൻ, അടുത്ത് കണ്ട ഒഴിഞ്ഞ വീടിന്റെ വരാന്തയിലേക്ക് കയറി നിന്നു.

"കുട്ടി നിൽക്കൂ. നനഞ്ഞ് പനി പിടിപ്പിക്കാൻ പോക്വാ?" ആ ചെക്കൻ അവിടെ നിന്നുകൊണ്ട് വിളിച്ചു ചോദിച്ചു.

അവൾ നടത്തം നിർത്തി അവനെ നോക്കി കുറച്ച് നേരം നിന്നു. പിന്നെ ആ വരാന്തയിലേക്ക് അവളും കയറി.

അവർ സാധാരണ കുട്ടികളെപ്പോലെ കലപില കൂട്ടി വർത്തമാനം പറഞ്ഞില്ല. അവളുടെ മുടിയിഴകളിലൂടെ മഴവെള്ളം ഒലിച്ചിറങ്ങി. അവൻ അവളിൽ തന്നെ കണ്ണ് നട്ടു നിന്നു.

"കാർത്ത്യായനീ...'' അവൻ വിളിച്ചു.

"ഉം.." പാവാടക്കാരിക്ക് നാണം വിരിഞ്ഞു.

"കുട്ടിയെ ഞാൻ വലുതാകുമ്പോൾ കല്യാണം കഴിക്കട്ടെ?" അവൾക്ക് ചിരി വന്നു. അവളുടെ ചുണ്ടിൽ ഒരാമ്പൽപ്പൂ വിരിഞ്ഞു. അവൻ ട്രൗസറിന്റെ പോക്കറ്റിൽ കൈയിട്ട് ഒരു നാരങ്ങാമിഠാ

യി പുറത്തെടുത്ത് അവൾക്ക് നേരെ നീട്ടി. അവൾ നാവിലൂറി വന്ന മധുരത്തോടെ, കുട്ടിത്തം തുളുമ്പി നിൽക്കുന്ന ഹൃദയത്തോടെ കൈ നീട്ടി. പെട്ടെന്ന് അവൻ കൈകൾ പിൻവലിച്ചു.

“ഇത് വേണമെങ്കിൽ എനിക്കൊരു ഉമ്മ തരൂ.” അവൻ കവിളുകൾ കാണിച്ചുകൊണ്ട് പറഞ്ഞു.

അവൾ ഒരു നിമിഷം എന്തോ ആലോചിച്ച് നിന്ന ശേഷം അവന്റെ കവിളത്തൊരു ഉമ്മ വച്ച് കൈയിലിരുന്ന നാരങ്ങാമിഠായി തട്ടിപ്പറിച്ചെടുത്ത് പടികളിറങ്ങി ഓടി.

മാനം തെളിഞ്ഞുവന്നു. ഹൃദയം നിറഞ്ഞ ഒരു നാരങ്ങാ മധുരം! അയാൾ ചിരിച്ചു.

ഭാണ്ഡക്കെട്ടിലേക്ക് അയാളുടെ കൈകൾ നീണ്ടു. അതിനുള്ളിൽ നിന്ന് അയാളൊരു നാരങ്ങാമിഠായി എടുത്തു. അത് അവൾക്ക് നേരെ നീട്ടി,

“ഇതാ, ഇതെടുക്കൂ.” അവളുടെ ചുണ്ടിൽ അമ്പിളിക്കല വിടർന്നു. അവൾ അടുത്തേക്ക് വന്നതും അയാൾ കൈകൾ പിൻവലിച്ചു കൊണ്ട് പറഞ്ഞു. “മിഠായി വേണമെങ്കിൽ ഇവിടെയൊരു ഉമ്മ തരൂ.” അയാൾ തന്റെ ഇടത് കവിളിൽ തൊട്ടു കൊണ്ട് പറഞ്ഞു. അവൾ അമ്പിളിക്കല വിടർത്തിക്കൊണ്ട് തന്നെ അയാൾക്കൊരു ഉമ്മ കൊടുത്തു. അയാൾ പക്ഷേ, ആ നാരങ്ങാമിഠായി അവൾക്ക് കൊടുത്തില്ല. അവളുടെ ചുണ്ടുകൾ കവിളിൽ തൊട്ട മാത്രയിൽ അയാളുടെ ഉള്ളിൽ നിന്ന്, കാർത്ത്യായനിയുടെ വീട്ടിലേക്ക് ചൂട്ടും കത്തിച്ച് പിടിച്ച് രാത്രിയിൽ കയറിച്ചെന്ന ദിവസങ്ങൾ ഉണർന്നു വന്നു.

“നീയിങ്ങനെ ചീത്തയായിപ്പോകുമെന്ന് ഞാൻ അന്നൊന്നും വിചാരിച്ചതേയില്ല കാർത്ത്യായനീ...” അയാൾ അവളുടെ കൈകളിൽ തഴുകിക്കൊണ്ട് പറഞ്ഞു. പിന്നെ പതുക്കെ അവളുടെ മുടിക്കെട്ടിലേക്ക് അയാളുടെ കൈകൾ പാഞ്ഞു. പിന്നെ ഉടുപ്പിലേക്ക്, പുള്ളിപ്പാവാടയിലേക്ക്... ഒടുവിൽ അവളിലേക്ക്. അവളുടെ വലിയ പൊട്ടിലേക്ക്. കാർത്ത്യായനിക്കൊപ്പം വീണ്ടുമയാൾ ഉറങ്ങി. ഇതെത്രാമത്തെ തവണയാണ്? അയാൾക്കത് ഓർമ്മയില്ല. ഇരുപത്തിയഞ്ചോ അതോ മുപ്പതോ. അതൊന്നും ഓർമ്മ വരുന്നില്ല. കുറേ ജീവകണങ്ങൾ പുറത്തേക്കൊഴുകുന്നുവെന്ന് മാത്രം അയാൾക്കറിയാം. അയാളുടെ ആത്മാവ് ആശ്വാ

സപ്പെട്ടു കൊണ്ട് ക്ഷീണിതനായി തറയിലേക്ക് വീണ് വിളിച്ചു,

"എന്റെ കാർത്ത്യായനീ.." അയാളുടെ കണ്ണുകളിലേക്ക് ഉറക്കം ഇരച്ചു കയറി. വർഷങ്ങളായുള്ള ഉറക്കം ഒറ്റ രാത്രിയിൽ ഉറങ്ങിത്തീർക്കുന്നവനെപ്പോലെ ആ പൊളിഞ്ഞ കൂരയുടെ ഏതോ മൂലയിൽ കിടന്ന് അയാളുറങ്ങി. ഉറക്കത്തിന്റെ ഇരുട്ടിലിപ്പോൾ കാർത്ത്യായനിയില്ല. അവളിൽ നിന്ന് ഉമ്മ വാങ്ങുവാനായി മാത്രം കൊണ്ട് നടന്ന നാരങ്ങാമിഠായി ഇല്ല. ഒന്നുമില്ല. നീണ്ടു നിവർന്നുള്ള ഉറക്കം മാത്രം.

പക്ഷേ, പെട്ടെന്നൊരു മാത്രയിൽ കാർത്ത്യായനിയുടെ കുമ്പസാരം കേട്ടുകൊണ്ടിരുന്ന ദൈവം ഇരുന്നയിരിപ്പാലേ എഴുന്നേറ്റ് വന്ന് അയാളുടെ കിടപ്പ് നോക്കി മുതുകിൽ തൊഴിച്ചു. അയാൾക്ക് വേദനിച്ചു. അയാൾ ദുഃഖഭാരത്തോടെ കണ്ണുകൾ വലിച്ചു തുറന്നു.

'എഴുന്നേൽക്കെടോ... പന്നക്കിളവാ..'

ബൂട്ടിട്ട പോലീസുകാരന്റെ ചവിട്ട്! ആക്രോശം! അയാൾ എന്തിനെന്നറിയാതെ ചുറ്റും പരതി. ആരൊക്കെയോ ചുറ്റും കൂടിയിട്ടുണ്ട്. ആരെയും അയാൾക്ക് പരിചയമില്ല. അയാൾ നിലവിളിച്ചു. ആ നിലവിളിയിൽ പുറത്തേക്ക് തെറിച്ചത് ഒന്നു മാത്രം,

"എന്റെ കാർത്ത്യായനീ... എന്റെ കാർത്ത്യായനീ." അയാളുടെ വിളി കേട്ട് പിന്നെയും നാലഞ്ച് പോലീസുകാർ പാഞ്ഞടുത്തു. ആരൊക്കെയോ അയാളെ ചവിട്ടുകയും തൊഴിക്കുകയും ചെയ്തു. അയാളുടെ നെറ്റിയിൽ നിന്ന് ചോര ഒലിച്ചിറങ്ങി. അയാളുടെ കഴുത്തിൽ കുത്തിപ്പിടിച്ചുകൊണ്ട് ഒരു പോലീസുകാരൻ ജീപ്പിലേക്ക് അയാളെ വലിച്ചിഴച്ചു.

അപ്പോൾ, നിറയെ ചുവന്ന പൊട്ടുകളുള്ള ചുരിദാർ ധരിച്ച ഒരു പെൺകുട്ടി തന്റെ കൈയിലിരുന്ന മൈക്ക് ചുണ്ടോട് അടുപ്പിച്ച് പിടിച്ച് മുന്നിലെ കാമറയിൽ നോക്കി ഉച്ചത്തിൽ പറഞ്ഞു,

"സ്കൂളിൽ നിന്ന് വരികയായിരുന്ന പത്ത് വയസ്സുകാരിയെ പീഡിപ്പിച്ചു കൊന്ന അറുപത്തിനാലുകാരൻ പിടിയിൽ.''

അയാൾ അത് കേട്ടു തിരിഞ്ഞു നിന്നു. ഞെട്ടലോടെ റിപ്പോർട്ടറെ നോക്കി! അവൾക്ക് കാർത്ത്യായനിയുടെ അതേ ഛായ! അവളുടെ കൈവിരലുകൾ തനിക്ക് നേരെ നീണ്ടു വരുന്നത് അയാൾ കണ്ടു.

"അത് ഞാനല്ല, അത് ഞാനല്ല." അയാൾ അലറി വിളിച്ചു.

ജീപ്പിലേക്ക് തള്ളിക്കയറ്റുന്നതിനിടയ്ക്ക് പിൻസീറ്റിലൂടെ അയാൾ പുറത്തേക്ക് പാളി നോക്കി. അവിടെയൊരു കുഞ്ഞു ശരീരം വെള്ള പുതപ്പിച്ച് കിടത്തിയിരിക്കുന്നത് അയാൾ കണ്ടു. അപ്പോഴും അയാളുടെ മനസ്സ് പറഞ്ഞു.

"അത് ഞാനല്ല. അത് ഞാൻ... അല്ല."

ജീപ്പ് മുന്നിലോട്ട് നീങ്ങവെ, വെള്ള പുതപ്പിച്ച ശരീരത്തിനടുത്തായി തന്റെ ഭാണ്ഡക്കെട്ട് കിടക്കുന്നത് കണ്ടപ്പോഴും അയാൾ വിളിച്ചു പറഞ്ഞു,

"അത് ഞാനല്ല! അത് ഞാൻ... അല്ല!"

പക്ഷേ, പിന്നെയാണ് അയാൾ അത് കണ്ടത്.

ആ കുഞ്ഞി കൈകൾക്ക് അരികത്തായി താനെപ്പോഴും ഭാണ്ഡത്തിൽ കൊണ്ട് നടക്കാറുള്ള നാരങ്ങാമിഠായികൾ! അവ അലിഞ്ഞു തുടങ്ങിയിരിക്കുന്നു. ഉറുമ്പുകൾ വരി വച്ച് തുടങ്ങിയിരിക്കുന്നു. വിറയ്ക്കുന്ന കൈകളോടെ അയാൾ കുനിഞ്ഞിരുന്ന് ആരോടെന്നില്ലാതെ ചോദിച്ചു,

"അത് ഞാൻ തന്നെയോ!?"

ദൈവത്തിന്റെ കോടതിയിലെ വിചാരണക്കൂട്ടിലിരുന്ന് കാർത്ത്യായനി വിളിച്ചു പറഞ്ഞു,

"അതെ! അത് നീ തന്നെ!"

അത് കേൾക്കാതെ അയാൾ വീണ്ടും ചോദിച്ചു,

"അത് ഞാൻ തന്നെയോ?!"

"കാഴ്ചകളൊക്കെയുമൊന്ന് തന്നെ,
കാണും ദൃഷ്ടി തൻ നീളമത് കാര്യം!
എന്നെ ഞാൻ കാണുന്ന പാടെ തന്നെ,
നിന്നെ ഞാൻ നോക്കുവാൻ പാടില്ലെന്ന്!"

കറ്റകെട്ട ഘടികാരം

"അവന്റോടെ പോയോളേ, നിന്നെ ഞാൻ കൊല്ലുമെടീ..."

അന്നും അയാൾ പത്ത് മണിക്കുള്ള ബസിന്റെ പിന്നാലെ പായുന്നത് തെല്ലൊരു അത്ഭുതത്തോടെ ഞാൻ നോക്കി നിന്നു. അതിലും അത്ഭുതം തോന്നിയത് ചുറ്റിലുമുള്ള മനുഷ്യരുടെ പെരുമാറ്റം കണ്ടിട്ടാണ്. പലചരക്ക് കടയിലും, പച്ചക്കറി കടയിലും, സൈഡിലെ വീടുകളിലുമായി ഏകദേശം ഇരുപത്തിയഞ്ചാളുകൾ അവിടെ അപ്പോൾ തന്നെയുണ്ട്. പക്ഷേ, ആരും തന്നെ കൂട്ടം കൂടി ഓടിയെത്തി, വായ പൊത്തി നിന്ന് ചിരിച്ചില്ല! ആരും തന്നെ അയാളെ പിടിച്ച് മാറ്റിയില്ല! ആരും അയാളെ ശ്രദ്ധിച്ചത് പോലുമില്ല!

മൂന്നാം ദിവസമാണ് ഈ വഴി വരുന്നത്. കഴിഞ്ഞ മൂന്നുദിവസവും അയാൾ ഒരേ പോലെ പത്ത് മണിക്കുള്ള ബസിന് പിന്നാലെ ഓടി. ഒരേ വാചകങ്ങൾ തന്നെ ആവർത്തിച്ചു.

അന്നും കാര്യകാരണങ്ങൾ മനസിലാകാതെ ഞാൻ പോസ്റ്റ് ഓഫീസിലേക്ക് പോയി.

ഇങ്ങോട്ടേക്ക് ട്രാൻസ്ഫർ ആയിട്ട് രണ്ടാഴ്ച കഴിയുന്നു. പക്ഷേ, ഈ വഴി യാത്ര തുടങ്ങിയിട്ട് മൂന്ന് ദിവസം ആകുന്നേയുള്ളൂ

എന്ന് മാത്രം. ആദ്യ ദിവസം അയാളൊരു കുടിയനാകുമെന്നാണ് വിചാരിച്ചത്. രണ്ടാം ദിവസം മുതൽ അയാൾക്ക് ഭ്രാന്താണോ എന്ന് തോന്നിത്തുടങ്ങി.

"അഞ്ച് മിനിട്ട് ലേറ്റ് ആണല്ലോ. ഇന്ന് കുറച്ച് കൂടുതൽ പോസ്റ്റ് കൊടുക്കാനുള്ള ദിവസമാണെന്ന് ഇന്നലെത്തന്നെ പറഞ്ഞതല്ലേ സുർജിത്തേ."

ഓർത്തോർത്ത് വരുമ്പോഴേക്ക് പോസ്റ്റോഫീസ് എത്തിയത് അറിഞ്ഞിരുന്നില്ല. കൊടുക്കാനുള്ള കത്തുകളും മറ്റ് പോസ്റ്റുകളും എടുത്ത് പുറത്തേക്ക് നടക്കുമ്പോഴും എന്റെ കണ്ണിൽ നിന്ന് ആ മനുഷ്യൻ മാഞ്ഞ് പോയിരുന്നില്ല. അന്നും പതിവ് പോലെ, സൂര്യൻ വന്ന് സന്ധ്യയുടെ നെറ്റിയിൽ ചന്ദനം ചാർത്തിയപ്പോൾ ഞാൻ ചുരുങ്ങിച്ചുരുങ്ങി എല്ലാത്തിനെയും മറന്ന് എന്നിലേക്ക് മാത്രമൊതുങ്ങി ഉറങ്ങി. പിന്നീടുള്ള ഒരു മാസം കൊണ്ട് അയാൾ എന്റെ പതിവ് കാഴ്ചകളിൽ ഒന്നായി മാറി. എങ്കിലും കണ്ട് കണ്ട് പഴകുന്നതിന് പകരം അയാളുടെ ഓട്ടവും ഉച്ചത്തിലുള്ള തെറി വിളിയും ശാപവചനങ്ങളും എനിക്ക് ഓരോ ദിവസവും പുതുമയുള്ളതായി തോന്നി. ഓരോ ദിവസവും ഞാൻ ബൈക്ക് റോഡിന്റെ ഒരു വശത്തേക്ക് ഒതുക്കി നിർത്തി അയാളെ തന്നെ നോക്കി നിന്നു. "അവന്റോടെ പോയോളേ.., നിന്നെ ഞാൻ കൊല്ലുമെടീ..."

എന്നും അയാൾക്ക് ഒരേ വാചകങ്ങളേ ഉണ്ടായിരുന്നുള്ളൂ. എന്നും ഒരേ രീതിയിലാണ് അയാൾ വസ്ത്രം ധരിച്ചിരുന്നത്. ഒരേ രീതിയിലാണ് അയാൾ ആ ബസിന് പിന്നാലെ ഓടിയിരുന്നത്. ഏകദേശം അഞ്ച് മിനിട്ടോളം, പുക ഉയർത്തിക്കൊണ്ട് പായുന്ന കെഎസ്ആർടിസിക്ക് പിന്നാലെ അയാളും ഓടി. പിന്നെ കിതച്ചുകൊണ്ട് തിരിച്ചു വന്ന് റോഡരികിലെ ഒരു വീടിന്റെ ഗേറ്റിന് മുന്നിലുള്ള പടിക്കെട്ടിൽ ഇരുന്നു. പിന്നെ കള്ളിമുണ്ടിന്റെ കീഴ്ത്തലം പിടിച്ച് മുഖമാകെ തുടച്ച് എഴുന്നേറ്റ് പോയി. ഒരു മാസമായി, നിത്യപ്രാർത്ഥനയെന്ന പോലെ ഞാൻ ഇതെല്ലാം മുടങ്ങാതെ കണ്ടുപോന്നു.

"അയാളുടെ ഭാര്യ, പത്ത് മണിക്കുള്ള ബസിലെ കണ്ടക്ടറിന്റേയോ ഡ്രൈവറിന്റേയോ കൂടെ ഒളിച്ചോടി പോയിട്ടുണ്ടാകും." ദേവി എന്നും എന്നോട് ഇത് തന്നെ പറഞ്ഞു. അയാളിങ്ങനെ ബസിന്റെ പിന്നാലെ ഓടുന്ന കഥ മുടങ്ങാതെ ഞാനവളോട് പറഞ്ഞിരുന്നു.

എനിക്ക് വിഷമം തോന്നി. ഒരു മനുഷ്യന്റെ ജീവിതത്തിലെ ഏറ്റവും വലിയ വേദന ചതിക്കപ്പെടുന്നതിന്റേതാണെന്ന് എന്നോ ഞാൻ മനസിലാക്കിയിരുന്നു. അതോർക്കുമ്പോഴൊക്കെയും അച്ഛനെ അന്വേഷിച്ച് സീതാമ്മ വീട്ടിൽ വന്ന ദിവസം എനിക്കോർമ്മ വരും. അച്ഛന് വേറൊരു ഭാര്യയും അതിൽ രണ്ട് കുട്ടികളുമുണ്ടെന്നറിഞ്ഞ് തളർന്ന് വീണ അമ്മയെ ഓർമ്മ വരും. അന്ന് രാത്രി മുഴുവനും, ഇരുപത്തിയഞ്ച് വർഷം നിങ്ങളെന്നെ സ്നേഹം നടിച്ച് വഞ്ചിച്ചുവല്ലേയെന്ന് അമ്മ പറഞ്ഞ് കരഞ്ഞതോർമ്മ വരും. അന്ന് തുടങ്ങിയ വിഷാദരോഗത്തിന്റെ അങ്ങേ കയത്തിൽ ചെന്ന് വീണ് അമ്മ, വിഷവും കയറും ചാടി മരിക്കാൻ ട്രെയിനും തേടി നടന്നതോർമ്മ വരും. ഒടുവിൽ എല്ലാത്തിൽ നിന്നും മോചനം നേടി സീതാമ്മയേയും കുട്ടികളേയും വീട്ടിലേക്ക് കൂട്ടി വന്നത് ഓർമ്മ വരും. അന്ന് രാത്രി സീതാമ്മയുടെ കൈയിൽ ഒരു ഗ്ലാസ് പാലും കൊടുത്ത് സ്വന്തം കിടപ്പ് മുറിയിലേക്ക് അച്ഛനൊപ്പം ചേർന്നുറങ്ങാൻ കയറ്റി വിട്ടതോർമ്മ വരും. അവിടം വരെയെത്തുമ്പോൾ എന്റെ ഓർമകൾ മങ്ങും. എനിക്ക് നോവും വേവും കേറും. ശരീരം വിറച്ച് കൊണ്ട് കിടുങ്ങും. ആ പുലരി എങ്ങനെ മറക്കാനാണ്!

അമ്മ അന്ന് രാവിലെ എന്നെ വന്ന് തട്ടി വിളിച്ചു. അച്ചുവും അനുവും എന്റെ നെഞ്ചിൽ തലചായ്ച്ച് ഉറങ്ങുകയായിരുന്നു അപ്പോൾ. ഒരു കൂടപ്പിറപ്പുണ്ടായിരുന്നെങ്കിലെന്ന് എല്ലാ കാലത്തും ആഗ്രഹിച്ചിരുന്ന എനിക്ക് സത്യത്തിൽ രണ്ട് സഹോദരങ്ങളുമായി കയറി വന്ന സീതാമ്മയോട് സ്നേഹമാണ് തോന്നിയത്. അമ്മ വന്ന് വിളിക്കുമ്പോൾ എന്റെ അലാറം മുഴങ്ങാൻ സമയമൊന്നും ആയിട്ടുണ്ടായിരുന്നില്ല. അഞ്ച് മണിക്ക് പിന്നെയും ഇരുപത് മിനിറ്റ് ഉണ്ടായിരുന്നു. അമ്മ രണ്ട് ഗ്ലാസിൽ പാലുമായാണ് വന്നത്. കുട്ടികളെ വിളിക്ക്. പാല് കുടിപ്പിക്കാമെന്നാണ് അമ്മ പറഞ്ഞത്. “അവരൊന്ന് ഉറങ്ങിക്കോട്ടെ, എണീക്കുമ്പോൾ ഞാൻ ചൂടാക്കി കൊടുത്തോളാം.” ഞാനത് പറയുമ്പോൾ അമ്മ ഒന്നും മിണ്ടിയില്ല.

പിന്നെയും രണ്ട് മണിക്കൂർ കഴിഞ്ഞ് അമ്മ വന്ന് വിളിച്ചിട്ട് പറഞ്ഞത് എനിക്കോർമ്മയുണ്ട്.

“എഴുന്നേൽക്ക്. ഇനിയും കിടന്നാലെങ്ങനെയാ. ചടങ്ങൊക്കെ ചെയ്യണ്ടേ?”

പെട്ടന്ന് ഉറക്കത്തിന്റെ കെട്ട് വിട്ട് ഞാൻ ബോധത്തിലേക്ക്

ചാടി.

"എന്ത് ചടങ്ങ്?"

അതിന് മറുപടി പറയാതെ അമ്മ വേഗത്തിൽ നടന്നു. ഞാൻ അമ്മയുടെ പിന്നാലെ നടന്നു. അമ്മ, അച്ഛനും സീതാമ്മയും കിടക്കുന്ന മുറിക്ക് മുന്നിലെത്തിയപ്പോൾ നിന്നു. ഞാനും നിന്നു. നോക്കി നിൽക്കെ, സാരിത്തലപ്പിൽ കെട്ടിയിട്ടിരുന്ന താക്കോൽ കൂട്ടങ്ങളിൽ നിന്ന് ഒരെണ്ണമെടുത്ത് വാതിൽ തുറക്കാൻ തുടങ്ങി. അപ്പോഴാണ് അത് പുറത്ത് നിന്ന് പൂട്ടിയിട്ടിരിക്കുകയാണെന്ന് എനിക്ക് മനസിലായത്. എന്താണ് അമ്മയുടെ മനസിലെന്ന് എത്രയോർത്തിട്ടും പിടികിട്ടുന്നില്ല. സീതാമ്മയെ സ്നേഹത്തോടെ കൂട്ടി വന്ന്, അവർ അച്ഛനൊപ്പം കഴിയുമ്പോൾ പോലീസിനെക്കൊണ്ട് പിടിപ്പിക്കാനോ മറ്റോ ആണോ അമ്മയുടെ ഉദ്ദേശ്യമെന്ന് ഞാൻ പെട്ടന്നോർത്തു. എനിക്കാകെയൊരു വല്ലായ്മ തോന്നി. പക്ഷേ, വാതിൽ തുറന്നപ്പോഴത്തെ കാഴ്ച മറ്റൊന്നായിരുന്നു. അച്ഛനും സീതാമ്മയും നിലത്ത് നുരയും പതയുമൊലിച്ച് ചോര ഛർദ്ദിച്ച് കിടക്കുകയായിരുന്നു.

"കുളിപ്പിക്ക്. അച്ഛനെയെടുത്ത് കുളിപ്പിക്ക്.." അമ്മ ആ മുറി മുഴുവൻ നടന്ന് പറഞ്ഞു.

"കുട്ടികളെ പാല് കുടിപ്പിച്ചോ. ഇങ്ങനെ കിടത്തിയിരുന്നാൽ പറ്റുമോ? അവരെയും കുളിപ്പിക്കണ്ടേ. ചടങ്ങെല്ലാം കഴിഞ്ഞാലല്ലേ നമുക്ക് പോകാൻ പറ്റൂ." അതും പറഞ്ഞ് പുറത്തേക്ക് പോകുന്നത് കണ്ടപ്പോൾ എന്റെ ഉള്ളിൽ നിന്ന് ഒരു ഇടിമുഴക്കമുണ്ടായി. പാലിലാണ് വിഷം ചേർത്തിരിക്കുന്നതെന്ന് എനിക്ക് മനസിലായിരുന്നു. വേഗം പോയി മുറിക്കുള്ളിൽ കയറി കതകടച്ച് അനുവിനെയും അച്ചുവിനെയും മുറുക്കെ പുണർന്ന് സമയം നീക്കിയ ആ ദിവസം എങ്ങനെയാണ് ഞാൻ മറക്കുക. ആ മരവിപ്പ്! അതിൽ നിന്ന് പുറത്ത് ചാടാനെടുത്ത വർഷങ്ങൾ! സ്വന്തം അച്ഛന്റെ മരണമറിഞ്ഞ്, അമ്മയെ പേടിച്ച്, മുറിയടച്ചിരിക്കേണ്ടി വന്ന ആ ദിവസത്തിലാണ് ചതിയുടെ കയ്പ്പുനീരും അതിന്റെ ആഴവും എന്റെ ഉള്ളിലേക്ക് നഖങ്ങളാഴ്ത്തിയത്. ഞാൻ അതൊക്കെയും ഓർത്തു. കതകടച്ചിരുന്ന സമയത്ത് രണ്ട് മൃതദേഹങ്ങളും അമ്മ വെട്ടി വെട്ടി നുറുക്കിയത്! ചോര തെറിച്ച മുഖത്തോടെ അട്ടഹസിച്ചത്! പോലീസ് പോലും അടുത്തേക്ക് വരാൻ ഭയന്നത്! ഒടുവിൽ, ശിക്ഷയിൽ ഇളവ് വരുത്തി

മാനസികാരോഗ്യകേന്ദ്രത്തിലേക്ക് അയച്ചത്! ഷോക്കടിപ്പിച്ചത്...

ചതിക്കപ്പെട്ടുവെന്ന് തിരിച്ചറിയുന്ന നിമിഷത്തിൽ മനുഷ്യൻ മനുഷ്യനല്ലാതായി മാറുന്നു. ആ നിമിഷം മറികടക്കാൻ കഴിയുന്നവനത്രേ ഭാഗ്യവാൻ!

"അവന്റോടെ പോയോളെ..." വീണ്ടും അയാളുടെ ശബ്ദം ഉയർന്നുപൊങ്ങിയപ്പോൾ ഞാൻ ഓർമ്മകളെയെല്ലാം പിന്നിലുപേക്ഷിച്ച്, പിന്നെയും ആദ്യമായി കാണുന്ന കൗതുകത്തോടെ അയാളെ നോക്കി നിന്നു. അന്നും ബസ് പാഞ്ഞു പോയി. അയാൾ കുറെദൂരം അതിന് പിന്നാലെ ഓടിയ ശേഷം തളർന്ന് വന്ന് പടിക്കെട്ടിലിരുന്നു. കാറ്റും കരിയിലയും, ഞങ്ങളൊന്നുമറിഞ്ഞില്ലെന്ന മട്ടിൽ യാതൊരു മാറ്റവുമില്ലാതെ പാഞ്ഞു പോയി.

അപ്പോഴാണ് അരികിലൂടെ പോയൊരു ബൈക്ക്, പിന്നിൽ വന്ന് നിന്നതും, ഒരു കൈ തോളിൽ തൊട്ടതും ഞാനറിഞ്ഞത്.

"നീയെന്താ ഇവിടെ?" പരിചിതമായ ശബ്ദം കേട്ട് ഞാൻ തിരിഞ്ഞു നോക്കി.

കോളേജിൽ ഒപ്പം പഠിച്ച വിഷ്ണുവായിരുന്നു അത്.

"ഞാനിപ്പോൾ ഇവിടുത്തെ പോസ്റ്റോഫീസിലാ. നിനക്ക് അയാളെ അറിയാമോ?" അവൻ മറ്റെന്തെങ്കിലും ചോദിക്കും മുൻപ് ഞാൻ പെട്ടന്ന് പടിക്കെട്ടിന് മുന്നിലിരുന്ന് ശ്വാസം വലിച്ച് വിടുന്ന അയാളിലേക്ക് കൈകൾ ചൂണ്ടി.

"ഓ! നമ്മുടെ ഭാസ്കരേട്ടൻ."

"അയാൾക്ക് ഭ്രാന്താ?" ഞാനൊരു ചോദ്യചിഹ്നത്തോടെ അവന്റെ മുഖത്തേക്ക് നോക്കി.

"അതെ." അവൻ മറ്റൊന്നിലുമില്ലാത്തൊരു നിസാരതയോടെ പറഞ്ഞു.

"സ്നേഹിച്ചത് കൊണ്ടാ?" ഞാൻ പിന്നെയും ചോദിച്ചു.

"അല്ല. സ്നേഹം നഷ്ടപ്പെട്ടത് കൊണ്ട്." അവനൊരു നെടുവീർപ്പോടെ പറഞ്ഞു.

"എടാ.. അയാളുടെ ഭാര്യ..." ഞാൻ ചോദിച്ചു തുടങ്ങിയതും അവൻ എന്റെ കൈയിൽ കയറി പിടിച്ചു.

"ഏയ്! ഇവിടെ വച്ച് ഒന്നും സംസാരിക്കല്ലേ. പുള്ളി കേട്ടാൽ പ്രശ്നമാ. നിനക്ക് പുള്ളിയുടെ കഥയല്ലേ അറിയേണ്ടത്. വൈകിട്ട്

ഫ്രീയാകുമ്പോൾ വിളിക്ക്. ഞാൻ പറഞ്ഞു തരാം." വിഷ്ണു എന്റെ ഫോണെടുത്ത് അവന്റെ നമ്പർ ഡയൽ ചെയ്തിട്ട ശേഷം കൈ കാണിച്ച് കടന്ന് പോയി. ഞാനും ഓഫീസിലേക്കുള്ള യാത്ര തുടർന്നു. ദേവിയുടെ ധാരണകൾ ശരിയായിരുന്നുവെന്ന് എനിക്കും തോന്നി. ആർക്കോ ഒപ്പം ഭാര്യ ഒളിച്ചോടിപ്പോയതിന്റെ വേദനയിലും നാണക്കേടിലും തീ തിന്ന് നടക്കുന്ന ഒരു മനുഷ്യൻ! അയാളുടെ മനസ് എല്ലാ ദിവസവും കൃത്യമായി ഒരേ സമയത്ത് ചാഞ്ചാടി നടക്കുന്നു! അവരുടെ രക്തം ചിതറിപ്പിക്കാതെ അയാൾ വെറുതെ വിട്ടല്ലോ. അത് തന്നെ മഹാകാര്യം. അയാളുടെ മക്കളെയും ഒരുപക്ഷെ അവർ കൊണ്ടുപോയിരിക്കുമോ? കോടതിയിൽ ആവശ്യപ്പെട്ടാൽ പോലും ഇനി കുട്ടികളെ തിരിച്ച് കിട്ടാൻ പ്രയാസപ്പെടുമല്ലോ. മാനസികാരോഗ്യമില്ലാത്ത ഒരാൾക്കൊപ്പം കുട്ടികളെ വിടാൻ കഴിയില്ലെന്നല്ലേ കോടതി പോലും വിധിക്കുകയുള്ളൂ. ഓർത്തോർത്ത് എന്റെ മനസാകെയും വശംകെട്ടു. ഓഫീസിലെത്തിയപ്പോൾ കുറച്ച് വൈകിയിരുന്നെങ്കിലും, എത്തിയപാടെ ഞാൻ ദേവിയ്ക്ക് ഫോൺ ചെയ്തു. വിഷ്ണു അയാളെ കുറിച്ച് പറഞ്ഞതൊക്കെ ദേവിയോട് പറഞ്ഞ് തീരും വരെ ഒരു സമാധാനവും ഉണ്ടായിരുന്നില്ല. അവൾ അയാളെ കുറിച്ച് ഒരു കഥ എഴുതുന്നുണ്ടെന്ന് പറഞ്ഞിരുന്നു. അതുകൊണ്ടുതന്നെ വിഷ്ണു എന്താണ് അയാളെ കുറിച്ച് പറയുന്നതെന്നറിയാൻ എന്നേക്കാൾ തിടുക്കം അവൾക്കായിരുന്നു.

വൈകിട്ട് ആറ് മണിക്കാണ് ഞാൻ അവനെ വിളിച്ചത്. മൂന്ന് കിലോമീറ്ററിനപ്പുറമുള്ള കടൽതീരത്ത് വന്നാൽ അസ്തമയവും കാണാം കഥയും പറയാമെന്ന അവന്റെ ഓഫർ സ്വീകരിച്ചുകൊണ്ട് അങ്ങോട്ടേക്ക് പോയി. ഞാനെത്തുമ്പോൾ വിഷ്ണു ചായ കുടിച്ച് പകുതിയായിട്ടുണ്ടായിരുന്നു.

"എടാ.. അയാളുടെ ഭാര്യയെ കുറിച്ച് ആരെങ്കിലും എന്തെങ്കിലും പറയുന്നത് കേട്ടാൽ പുള്ളി പെട്ടന്ന് വയലന്റ് ആകും. അതാ ഞാൻ നിന്നോട് അവിടെ വച്ച് സംസാരിക്കേണ്ടെന്ന് പറഞ്ഞത്." അവൻ കടലിന് പിന്നിലൊളിക്കുന്ന സൂര്യനെ നോക്കിക്കൊണ്ട് പറഞ്ഞു.

"എനിക്ക് മനസിലായി. എത്ര വർഷമായി പുള്ളി ഇങ്ങനെയായിട്ട്?" ഞാൻ ചോദിച്ചു.

"പതിനഞ്ച്." അത് പറയുമ്പോൾ അവന്റെ മുഖത്തൊരു ദുഃഖം പടർന്നു.

“നിനക്ക് നല്ല ഓർമ്മയാ?” ഞാൻ അർത്ഥം വച്ചൊന്ന് ചിരിച്ചുകൊണ്ടാണ് അത് ചോദിച്ചത്. കണ്ടവന്റെ ഭാര്യ ഒളിച്ചോടിപ്പോയിട്ട് എത്ര വർഷമായെന്ന് കൃത്യമായി ഓർത്തിരിക്കുന്നല്ലോ എന്നാലോചിച്ചാണ് എനിക്ക് ചിരി വന്നത്.

“ഞാൻ അന്ന് പത്താം ക്ലാസ്സിൽ പഠിക്കുന്ന സമയമായിരുന്നു. കൃത്യമായി പറഞ്ഞാൽ മോഡൽ പരീക്ഷ കഴിഞ്ഞതിന്റെ പിറ്റേന്ന്. ചോദ്യക്കടലാസുകൾ ട്യൂഷൻ മാഷിനെ കാണിച്ച് സംശയമൊക്കെ തീർത്ത് വരുന്ന വഴിയായിരുന്നു.” അകലേക്ക് നോക്കി സംസാരിക്കുമ്പോൾ അവന്റെ കണ്ണുകളിൽ ഒരു കടലാഴത്തിന്റെ നോവുകൾ ഞാൻ കണ്ടു. ഹൃദയം തകർന്ന വേദന ഞാൻ കണ്ടു. ഒരു ചെറിയ കുട്ടിയായി മാറി പതിനഞ്ച് വർഷം പിന്നിലേക്ക് അവൻ ഓടി നടന്ന് പോകുന്നത് ഞാൻ കണ്ടു!

ഉള്ളിലെ തമാശകൾ മാറ്റി വച്ച് അവൻ പറയുന്ന കഥയുടെ ആഴത്തിലേക്ക് ഞാൻ ചെന്നു.

“അന്ന് ഞാൻ നടന്നാണ് വീട്ടിലേക്ക് പോയത്. സൈക്കിൾ ഒരു ദിവസം എടുക്കണ്ടെന്ന് തന്നെ വച്ചു. പത്ത് മണിക്കുള്ള ബസ്, എന്നെ കടന്ന് കാറ്റിന്റെ വേഗതയിൽ പാഞ്ഞ് പോകുന്നത് കണ്ട് ഞാൻ സമയം നോക്കി. ലേറ്റായിരുന്നു അന്ന്. പത്തേ പതിനഞ്ച് ആയിട്ടുണ്ടായിരുന്നു അപ്പോൾ തന്നെ. ഒരഞ്ച് മിനിറ്റ് കഴിഞ്ഞപ്പോൾ ബസ് പോയ വഴിയേ ഏഴെട്ടാളുകൾ ഓടുന്നത് കണ്ട് ഞാൻ അതിശയപ്പെട്ട് നിന്നു. എന്താണ് സംഭവിക്കുന്നതെന്ന് എനിക്ക് മനസിലായിരുന്നില്ല. ഇന്ന് ഭാസ്കരേട്ടൻ വന്നിരുന്ന ആ പടിക്കെട്ടില്ലേ, അതേയിടത്ത് പുള്ളിയിരുന്ന് അലറിക്കരയുന്നതാണ് ഞാൻ കണ്ടത്. ഒരു മനുഷ്യനും അത്രയും വേദനയിൽ, അത്രയും ഉച്ചത്തിൽ, അത്രയും മനുഷ്യരുടെ നടുവിലിരുന്ന്, പരിസരം മറന്ന് നിലവിളിച്ച് കരയുന്നത് അതിന് മുൻപോ ശേഷമോ ഞാൻ കണ്ടിട്ടില്ല.” അവൻ ഒന്ന് നിർത്തി.

ട്യൂഷനും കഴിഞ്ഞ് നടന്ന് വരുന്ന ഒരു പത്താം ക്ലാസ്സുകാരന്റെ കണ്ണിലെ അമ്പരപ്പും പകപ്പും ഞാൻ അവന്റെ കണ്ണിൽ അപ്പോഴും കണ്ടു.

“ആംബുലൻസ് വന്നപ്പോൾ തന്നെ എല്ലാം കഴിഞ്ഞിരുന്നു.” അപ്രതീക്ഷിതമായി കഥയിൽ വന്ന ആ വഴിത്തിരിവ് എന്നെ ഞെട്ടിച്ചു. ഞാൻ അവന്റെ കൈകളിൽ തൊട്ടു. അവൻ ഓരോ വാക്കും പറയാൻ വളരെയധികം പ്രയാസപ്പെടുന്നത് പോലെ എനിക്ക് തോന്നി. ഒരു ചായ കൂടി പറയാനായി ഞാൻ എഴു

ന്നേറ്റു. അവന് ഇത്തിരി സാവകാശം കൊടുക്കാമെന്ന് കരുതിയാണ് അങ്ങനെ ചെയ്തത്. ഓർമ്മകളുടെ പെരുമഴക്കാലത്ത് ശ്വാസംമുട്ടി മരിക്കാൻ പാടില്ലല്ലോ. കുട്ടിക്കാലത്തെ ട്രോമകളുടെ ആഴം, അതോർത്ത് നോക്കുന്ന സമയങ്ങളിലെല്ലാം അതേ അളവിലും, അതേ ഭീകരതയിലും വന്ന് ചേരുന്നത് സ്വയം അനുഭവിച്ചിട്ടുള്ളത് കൊണ്ട് കൂടിയാണ് രണ്ട് ചായയും പറഞ്ഞ് കുറച്ച് മാറിയിരുന്നത്.

പക്ഷേ, അപ്പോഴേക്കും എന്റെ മനസ് അവൻ പറഞ്ഞ അവസാനവാചകങ്ങളിൽ ചെന്ന് ഉടക്കിയിരുന്നു.

"ആംബുലൻസ് വന്നപ്പോൾ തന്നെ എല്ലാം കഴിഞ്ഞിരുന്നു." എന്താണ് അതിന്റെ അർത്ഥം? ഭാസ്കരേട്ടനും അമ്മയുടെ മറ്റൊരു മുഖമാണെന്നാണോ? ഭാര്യ ചതിച്ചെന്നറിഞ്ഞ് അയാൾ അവരെ ഉപദ്രവിച്ചതാണോ? അതോ അതൊക്കെയും അയാളുടെ വെറും സംശയങ്ങളായിരുന്നോ? മനസാകെയും കലുഷിതമാകാൻ തുടങ്ങി. കലങ്ങി മറിഞ്ഞ ചിന്തകളേയും വഹിച്ചു കൊണ്ട് തിരമാലകൾ ആഞ്ഞടിക്കാൻ തുടങ്ങിയപ്പോഴാണ് ചായ വന്നത്. ഞാൻ രണ്ട് ചായയുമെടുത്ത് പിന്നെയും വിഷ്ണുവിന്റെ അടുത്ത് ചെന്നിരുന്നു. ചായ മുഴുവൻ കുടിച്ച് തീർന്നതിന് ശേഷമാണ് അവൻ വീണ്ടും സംസാരിച്ച് തുടങ്ങിയത്.

"ഭാസ്കരേട്ടന്റെ നെഞ്ചിൽ നിന്നടർത്തിയെടുത്ത് ആംബുലൻസിലേക്ക് കയറ്റുമ്പോൾ തന്നെ എല്ലാവർക്കും മനസിലായിരുന്നെങ്കിലും, ചുറ്റിലും നിന്നവരൊക്കെ ഒന്നുമില്ല, ഒന്നുമില്ല എന്ന് പറഞ്ഞ് ആശ്വസിപ്പിക്കാൻ ശ്രമിച്ചത് ഇപ്പോഴും എനിക്ക് കാണാം." വീണ്ടും വാക്കുകളെടുക്കാൻ പ്രയാസപ്പെട്ടപ്പോൾ അവന് വേണ്ടത്ര സമയം കൊടുത്ത് കൊണ്ട് ഞാൻ മൗനത്തിൽ കുടിയിരുന്നു.

"ആ വീടില്ലേ... ഭാസ്കരേട്ടൻ എന്നും ബസിന് പിന്നാലെ ഓടി തളർന്ന് വന്നിരിക്കുന്ന ആ പടിക്കെട്ടുകൾക്ക് പിന്നിലുള്ള വീട്.. അതാണ് പുള്ളീടെ വീട്. അവിടുന്ന് കാലത്ത് മീൻകാരി വന്ന് വിളിച്ചപ്പോൾ റോഡ് ക്രോസ്സ് ചെയ്ത് വന്നതാ അമ്മിണിയേടത്തി. ലേറ്റ് ആയത് കൊണ്ട് അമിത വേഗത്തിൽ വരികയായിരുന്ന ബസ് ഇടിച്ചു തെറിപ്പിച്ചപ്പോൾ അവർ ചെന്ന് വീണത്, സെക്യൂരിറ്റി പണിയും കഴിഞ്ഞ് നടന്ന് വരികയായിരുന്ന ഭർത്താവിന്റെ നെഞ്ചിലേക്കാണ്. സ്പോട്ടിൽ മരിച്ചു. അവരുടെ കല്യാണം കഴിഞ്ഞിട്ട് ആറ് മാസം ആയിട്ടേ ഉണ്ടായിരുന്നുള്ളൂ. നാട്ടിലെ

എല്ലാ പരിപാടിക്കും ആദ്യം വന്ന് മുന്നിൽ നിൽക്കുന്ന ആളായിരുന്നു ഭാസ്കരേട്ടൻ. അതോടെ എല്ലാം മാറി മറിഞ്ഞു. ആദ്യമൊന്നും പുള്ളിക്ക് മറ്റ് പ്രശ്നങ്ങളൊന്നും ഉണ്ടായിരുന്നില്ല. പുറത്തേക്കൊന്നും ഇറങ്ങില്ലെന്നേ ഉണ്ടായിരുന്നുള്ളൂ. പതുക്കെ പതുക്കെ പത്ത് മണിക്കുള്ള ബസ് കാണുമ്പോഴേ ഭാവം മാറാൻ തുടങ്ങി. ആദ്യമൊക്കെ ദേഷ്യം മാത്രായിരുന്നു. പിന്നെ അതിന്റെ പിന്നാലെ ഓടാൻ തുടങ്ങി. അതും കഴിഞ്ഞ് തെറി വിളിക്കാൻ തുടങ്ങി. അന്ന് ഇടിച്ചിട്ടിട്ട് നിർത്താതെ പോയ ബസ് ആളുകൾ തടഞ്ഞു നിർത്തി. അതിലെ ജീവനക്കാരെ ജോലിയിൽ നിന്ന് പിരിച്ചു വിട്ടു. കുറെ കാലം അവർ ജയിലിലും കിടന്നു. പിന്നെ വെറുതെ വിട്ടു. പക്ഷേ, ഭാസ്കരേട്ടന്റെ മനസ്സിൽ നിന്ന് ഒന്നും പോയില്ല. ആകെ താളം തെറ്റി. ആദ്യമൊക്കെ ആശുപത്രിയിൽ കൊണ്ട് പോയിരുന്നു. കുറച്ച് നാൾ പ്രശ്നമൊന്നും കാണില്ല. പിന്നെയും പെട്ടന്ന് ഒരു ദിവസം പത്ത് മണിക്ക് റോഡിലിറങ്ങി നിൽക്കാൻ തുടങ്ങും. ബസ് വരുമ്പോൾ അതിന് പിന്നാലെ ഓടും. ആ ഓട്ടം കഴിഞ്ഞാൽ ആൾക്കൊരു സമാധാനമാണ്. വേറെ ആർക്കും ഒരു ഉപദ്രവവുമില്ലാത്തോണ്ട് ഇങ്ങനെയൊക്കെ അവനൊന്ന് ജീവിച്ച് മരിച്ചോട്ടെയെന്ന് ഭാസ്കരേട്ടന്റെ അമ്മ നാട്ടുകാരോടൊക്കെ പറഞ്ഞിട്ടുണ്ട് പലപ്പോഴും. ആ അമ്മയും മരിച്ചതിൽ പിന്നെ ആരും പുള്ളിയെ അങ്ങോട്ട് ചെന്ന് ഉപദ്രവിക്കാൻ നിൽക്കാറില്ല. പള്ളിയിലും അമ്പലത്തിലുമൊക്കെ മണി മുഴങ്ങുന്നത് പോലെ കൃത്യസമയത്ത് മുഴങ്ങുന്നൊരു പ്രാർത്ഥന! അത്രേ ഉള്ളൂ ഇപ്പോളിതൊക്കെ നാട്ടുകാർക്ക്." വിഷ്ണു എല്ലാം പറഞ്ഞു കഴിഞ്ഞപ്പോൾ എന്റെ ഉള്ളിലാകെയൊരു വീർപ്പുമുട്ടൽ. ഇങ്ങനെയൊരു സ്ത്രീയെക്കുറിച്ച് ഞാൻ മോശം ചിന്തിച്ചുവല്ലോയെന്നോർത്തപ്പോൾ മനസിലാകെ ഒരു കുറ്റബോധം തോന്നി. എന്റെ ജീവിതപരിസരങ്ങളിൽ വേരൂന്നി നിന്ന്, മറ്റൊരാളെയും മുൻധാരണകൾക്ക് വിധേയമാക്കരുതെന്ന പാഠത്തിന്റെ ആദ്യ മുള പൊട്ടിയത് അവിടെ നിന്നാണ്. എനിക്ക് കരയാൻ തോന്നി.

"എടാ.. എനിക്കറിയില്ലായിരുന്നു. ഞാൻ കരുതിയത്... പുള്ളിയുടെ ഭാര്യ..." ഞാൻ എന്താണ് പറയേണ്ടതെന്നറിയാതെ വാക്കുകളിൽ കിടന്ന് വഴുക്കി.

"എനിക്കറിയാം. നീ കരുതിയത് പുള്ളിയുടെ ഭാര്യ ബസുകാരന്റെ കൂടെ ചാടിപ്പോയെന്നല്ലേ." അവന്റെ വാക്കുകളിൽ

പുച്ഛത്തിന്റെ അഗ്നിയാട്ടം നിറഞ്ഞു.

“എടാ, അങ്ങനെയല്ല.. ഞാൻ..” എനിക്ക് എന്ത് പറയണമെന്ന് അറിയില്ലായിരുന്നു.

“ഏയ്, അതൊന്നും കുഴപ്പമില്ല. ഭാസ്കരേട്ടൻ പത്ത് മണിക്കുള്ള ബസിന് പിന്നാലെ ഓടുന്നത് ആദ്യമായി കാണുന്ന എല്ലാവരും ഇതൊക്കെ തന്നെയാ ചിന്തിക്കുന്നേ. അവന്റോടെ പോയോളെ എന്നല്ലേ ആള് പറയുന്നത്. ഏതോ അവന്റെ കൂടെ പോയീന്ന് കേൾക്കുന്നവർക്ക് തോന്നും. കവികൾ ചിലപ്പോൾ എഴുതുമായിരിക്കും, മരണമെന്ന കാമുകനോടൊപ്പം ഒളിച്ചോടിയെന്ന്. അല്ലെങ്കിൽ മരണം അയാളുടെ ഭാര്യയെ തട്ടിയെടുത്തെന്ന്. ആരോ തന്റെ ഭാര്യയെ മയക്കി എടുത്തുവെന്ന് തന്നെയാകാം ഭാസ്കരേട്ടനും കരുതുന്നത്. മരിച്ചുപോയെന്ന് സമ്മതിക്കാൻ ആളുടെ മനസ് അനുവദിക്കുന്നുണ്ടാകില്ല. ചിലപ്പോൾ, തന്നെയിവിടെ ഉപേക്ഷിച്ച് മറ്റേതോ ലോകത്തിലേക്ക് മറഞ്ഞ് പോയ ഭാര്യയോടുള്ള ദേഷ്യവും ആകാം. ഏത് ലോകത്ത് വച്ച് കണ്ടാലും, ഇപ്പോൾ ഒറ്റപ്പെടുത്തിയ കുറ്റത്തിന് പിണക്കത്തിൽ തന്നെയാകുമെന്ന് അമ്മിണിയേടത്തിയോട് പറയുന്നതുമാകാം, നിന്നെ ഞാൻ കൊല്ലുമെടീ എന്നൊക്കെ വിളിച്ചിട്ട്... എങ്ങനെയെങ്കിലുമൊക്കെ ഭാസ്കരേട്ടൻ സമാധാനപ്പെടട്ടെ. ആശ്വാസം കണ്ടത്തെട്ടെ. ജീവിച്ച് തീർത്ത് മരിക്കട്ടെ...” അവസാനമായപ്പോൾ വിഷ്ണുവിന്റെ കണ്ണുകൾ ചുവന്ന് കയറുന്നുണ്ടായിരുന്നു. അതിൽ നിന്ന് ഒരു തുള്ളി ഉരുണ്ട് കയറി കവിളിലൂടെ താഴേക്കിറങ്ങി.

വീട്ടിലെത്തിയപ്പോൾ ഞാൻ ആദ്യം തന്നെ വിളിച്ചത് ദേവിയെയായിരുന്നു. കഥ മുഴുവൻ കേട്ടപ്പോൾ, എന്നേക്കാൾ വലിയ കുറ്റബോധം അവൾക്കായിരുന്നു. രാത്രിയിൽ ഉറക്കം വരാതെ കിടക്കുമ്പോൾ ദേവി പിന്നെയും വിളിച്ചു. കഥ പൂർത്തിയായെന്നും വായിച്ചു നോക്കൂവെന്നും പറഞ്ഞ് വച്ചു. ഞാൻ മെയിൽ ഓപ്പൺ ചെയ്തു. അവളുടെ കഥയിലൂടെ കണ്ണോടിച്ചു. അവസാനവരികൾ ഞാൻ ആവർത്തിച്ചാവർത്തിച്ച് വായിച്ചു. പൊള്ളുന്ന ജീവിതം കേട്ട്, നോവ് കൂടിയപ്പോൾ സമാശ്വാസം കണ്ടെത്തുവാൻ കുറിച്ചിട്ട തത്വചിന്തയാണ് ആ വരികളെന്ന് എനിക്ക് തോന്നി. മേശപ്പുറത്തിരുന്ന കടലാസെടുത്ത് ഞാനവ പകർത്തിയെഴുതി,

“സ്നേഹിക്കപ്പെടുന്നവരെ ദൈവം മുള്ളുകൾ കൊണ്ട് പരിക്കേൽപ്പിക്കുന്നു; സ്നേഹം വിളമ്പുന്നവരെ അടർത്തിയെടുത്ത് തന്റെ കൊട്ടാരത്തിന്റെ കുളിർമയിലേക്ക് ആഗിരണം ചെയ്ത് സുഖപ്പെടുത്തുന്നു.”

www.ingramcontent.com/pod-product-compliance
Lightning Source LLC
Chambersburg PA
CBHW050023170726
48282CB00025B/518
* 9 7 8 8 1 9 8 2 2 4 9 6 5 *